BOA
EDITIONS LTD

The Secret of Hoa Sen

Cởi Gió

Một ngày gió nắng tôi lên cao
Tôi nhìn xuống thấy một con biển bị cầm tù
trong hộp thư điện tử nhiều ngăn,
trong chiếc điện thoại di động thỉnh thoảng
lại đổ chuông

Một ngày gió nắng tôi lên cao
Tôi nhìn xuống thấy một con chim bị cầm tù
trong tiếng ngợi ca của bầy đàn
trong những mốc giới hạn mỹ cảm đã được
sắp đặt

Một ngày gió nắng tôi lên cao
Gió trao tôi đôi cánh
Và bảo tôi hãy cởi gió ra và
bay lên trên ý nghĩ

Quế Mai
NPQM

The Secret of Hoa Sen

Poems by

Nguyen Phan Que Mai

Translated from the Vietnamese
by

Nguyen Phan Que Mai and Bruce Weigl

BOA Editions, Ltd. ❖ Rochester, NY ❖ 2014

First Edition

For information about permission to reuse any material from this book, please
contact The Permissions Company at
www.permissionscompany.com or e-mail permdude@eclipse.net.

Publications by BOA Editions, Ltd.—a not-for-profit corporation under section 501
(c) (3) of the United States Internal Revenue Code—are made possible with funds
from a variety of sources, including public funds from the New York State Coun-
cil on the Arts, a state agency; the Literature Program of the National Endowment
for the Arts; the County of Monroe, NY; the Lannan Foundation for support of the
Lannan Translations Selection Series; the Mary S. Mulligan Charitable Trust; the
Rochester Area Community Foundation; the Arts & Cultural Council for Greater
Rochester; the Steeple-Jack Fund; the Ames-Amzalak Memorial Trust in memory
of Henry Ames, Semon Amzalak and Dan Amzalak; and contributions from many
individuals nationwide.

Cover Design: Daphne Morrissey
Cover Art: "Close-up of a bud of a lotus" by Studio Paggy/Getty Images
Interior Design and Composition: Richard Foerster
Manufacturing: Lightning Source
BOA Logo: Mirko

Library of Congress Cataloging-in-Publication Data

Nguyen, Phan Que Mai, 1973– author, translator.
  The secret of Hoa Sen / poems by Nguyen Phan Que Mai ; translated from the
Vietnamese by Nguyen Phan Que Mai & Bruce Weigl.
     pages cm
  Poems.
  ISBN 978-1-938160-52-3 (pbk. : alk. paper) — ISBN 978-1-938160-53-0 (ebook)
  I. Weigl, Bruce, 1949– translator. II. Nguyen, Phan Que Mai, 1973– Poems.
Selections. III. Nguyen, Phan Que Mai, 1973– Poems. Selections. English. IV. Title.
  PL4378.9.N53515A2 2014
  895.9'2214—dc23
                              2014011914

Lannan

BOA Editions, Ltd.
250 North Goodman Street, Suite 306
Rochester, NY 14607
www.boaeditions.org
A. Poulin, Jr., Founder (1938–1996)

CONTENTS

INTRODUCTION

Lullabies for the Earth and Home:
Nguyen Phan Que Mai's The Secret of Hoa Sen

At the heart of Nguyen Phan Que Mai's poetry in English is a heightened sense of tradition that allows the past to be very much alive in our present lives, and the future, a shining world of wondrous possibilities. Conversely, Ms. Nguyen is a poet of the metaphysical, and is never hesitant in these poems to leap away from our world in spectacularly imaginative ways to illuminate a magical parallel landscape where nothing less than our freedom is at stake, and where love overcomes even the power of time. What binds together the wide range of kinds of poems in this collection, however, is a consistent quality of voice, characterized most accurately as a voice of not only witness to history and change, but actor in that history and change as well. In order to speak fully and honestly about the people she embraces in her poems, Ms. Nguyen works very hard to see and experience the world from their point of view, and in so doing reveals a lush panorama of the cultural life of Vietnam. When we learn, for example, about the women struggling to carry heavy bundles of fruit at the ends of their balanced carrying poles, we are standing there beside them because of the poet's power of observation, and her ability to choose those details which most clearly and most poignantly bring forth the image she wants us to see, or enter even, in order to literally feel the moment at hand. All of this is managed formally in its Vietnamese original by a beautifully musical free verse, modulated by the varieties of tones in that language. Because of the richness of the original diction, and the precision of the poet's observations, it is possible to find alternative modulations in English, and to closely approximate that richness of diction in these English versions.

Ms. Nguyen also has had the distinct advantage of living both as a southerner in Vietnam, and as a northerner. When she was six years old her family moved south to the Mekong Delta to escape the hardships of bad weather and insufficient resources in the north. She remembers being amazed as a small child at the lush landscape of the delta the first time she saw it, and throughout this collection are expressions of that intimate regard for the natural world and for the enduring forms of that world. In her poems, this northern/southern sensibility takes the form of a graceful nationalism, a vital characteristic of Vietnamese history and culture that has allowed the Vietnamese to survive foreign invasions for over a thousand years.

Although not educated or trained formally as a writer in university, Ms. Nguyen has read and studied poetry since her childhood, and like many Vietnamese, she has clear memories of hearing poetry read over public address systems as part of national and provincial radio programs, and the poetry that formed an important aspect of her public school education. Still, it wasn't until 2006, after she returned to Vietnam, once again to the north of her origins, after many years of study and work abroad in several countries, that Ms. Nguyen began to write poetry.

During the past years, Ms. Nguyen has dedicated her time to translating Vietnamese poetry into English and American poetry into Vietnamese. Her hard work has resulted in six high-quality English-Vietnamese poetry collections and has been acknowledged with an Award from the Vietnam Writers' Association for Outstanding Contributions to the Advancement of Vietnamese Literature Overseas (2010). In addition, Nguyen's translation of J. Fossenbell's poem "In Hanoi, Again" received an Award in the "Poetry about Hanoi 2008–2010" poetry competition.

The Secret of Hoa Sen gathers Ms. Nguyen's latest poems with those selected by the author herself from her collections *Forbidden Fruit, Freeing Myself,* and *Stars in the Shape of Carrying Poles.* Fluent in English, and an accomplished literary translator, instead of simply translating these poems, in some cases she has rewritten them so that they appeal more widely to English readers. The results are these English poems, some of which are intended to be slightly different from the Vietnamese versions, but with the original spirit.

Nguyen Phan Que Mai was born in 1973 in the northern province of Ninh Binh, Vietnam, but was raised in the southern province of Bac Lieu, in the delta, where she grew up selling cigarettes on the street and vegetables in the market to help support her family. The daughter of teachers who also worked as farmers to support themselves, her earliest memories are of how hard her fellow villagers had to work to make just a basic living and to take care of their families. This work ethic—and the way it is reflected on the faces of the people—becomes a critical image in Ms. Nguyen's poetry.

Ms. Nguyen has overcome her difficult childhood to become a successful development professional and poet of Vietnam. After a Development Scholarship from the Australian government to enable her to study in Australia from 1993 till 1997, Ms. Nguyen worked in several countries and returned to Vietnam to work and assist thousands of disadvantaged Vietnamese. For her compassion and dedication, Ms. Nguyen has been honored with many awards, including the Female Vision Award from the Hanoi International Women's Club, an award given to a female leader who has made outstanding contributions to sustainable development (2010). She is also the recipient of the Australian Alumni Award for Sustainable Social Development from the Australian Consulate in Vietnam, the Vietnamese Graduates from Australian Club, and the Australian Agency for International Development (AusAID) (2008.)

Consequently, Ms. Nguyen's travels and the varieties of her professional experiences have informed her thinking and writing so that her poetry is generously inclusive with regard to style. Hers then is the new poetry of Vietnam: deeply committed to tradition, but open too to the influences and innovations of Western art and thinking; a global poetry, necessary for our troubled times.

Finally, these are poems fiercely loyal to the sentiments they gracefully express, which is what we mean when we talk about honesty in poetry. Ms. Nguyen is never hesitant to take on grand ideas, and never hesitant to rely on a sometimes raw and direct talk in order to expose the phenomena of our lives. Ms. Nguyen is a poet of a Vietnamese version of romanticism, in which she finds her subjects among the so-called ordinary lives of so-called ordinary people, and she celebrates not the accomplishments of kings or emperors, but of regular Vietnamese citizens who have struggled to stay alive, feed their families, and find their way back home after long, war-inflicted years of exile and despair. Hers is a poetry that instructs us on how to live more fully in the world, and reaffirms the power of clear-headed and direct poetry to transform even our darkest hours into deeply abiding lessons on the complexities of history, time, and love.

Bruce Weigl
Oberlin, Ohio, April 2013

The Secret of Hoa Sen

GIAN BẾP CỦA MẸ

Qua đôi mắt tuổi thơ, tôi nhìn mẹ tôi
tất tả trong gian bếp được dựng lên bằng rơm và bùn quánh
Mẹ nhấc đũa lên, quấy nắng vào nồi cơm đang sôi
Vạt áo mẹ đẫm hương thơm của mùa gặt mới
Tay mẹ mớm rơm khô cho ngọn lửa đói bập bùng
Tôi muốn đến cạnh bên và giúp mẹ
nhưng đứa trẻ trong tôi kéo tôi chui vào góc bếp tối thẫm
Từ nơi đó tôi nhìn gương mặt mẹ dạy cho vẻ đẹp
cách bừng lên trong gian khổ
và cách hát cho cơm sôi bằng đôi tay rám nắng của Người

Ngày hôm đó trong gian bếp của tuổi thơ tôi
sự hoàn hảo được sắp đặt
bằng những chiếc nồi đen tuyền bồ hóng
và bởi chiếc lưng khom của mẹ, mỏng manh chống chếnh
sẽ biến mất nếu tôi khóc hay kêu lên

MY MOTHER'S RICE

Through the eyes of my childhood I watch my mother,
who labored in a kitchen built from straw and mud.
She lifted a pair of chopsticks and twirled sunlight into a pot of
    boiling rice,
the perfume of a new harvest
soaked her worn shirt as she bent and fed rice straws to the
    hungry flames.
I wanted to come and help, but the child in me
pulled myself into a dark corner
where I could watch my mother's face
teach beauty how to glow in hardship,
and how to sing the rice to cook with her sunbaked hands.

That day in our kitchen,
I saw how perfection was arranged
by soot-blackened pans and pots,
and by the bent back of my mother, so thin
she would disappear if I wept, or cried out.

PHỞ VÀ ÔNG NGOẠI

Kính tặng Ông,
người ra đi vì Cải cách ruộng đất năm 1954

Một người đàn ông gõ cửa giấc mơ tôi
hé khuôn mặt loang lổ bùn qua lớp sương mờ ảo
"Tôi đói quá cô ơi," ông bảo và tiến đến chiếc bàn
tôi đang dâng hương cho Tổ tiên ngày Tết
Chợt nén hương cháy bùng, khói lên nghi ngút phủ mắt tôi mờ
"Chẳng có ai dâng phở cho tổ tiên," ông cười, gật gù
sau khi nếm một thìa nước phở
Khi ông dùng những sợi phở trắng nõn và những miếng thịt bò
    thái mỏng
tôi muốn nói với ông mẹ là người dạy tôi cách dùng bản năng
để định đúng lượng quế, hành, hoa hồi, gừng
nhưng những ngón tay vô hình thít chặt miệng tôi
Rồi tôi thấy hơi nước từ bát phở
đang òa xuống gương mặt của người đàn ông
như những giọt nước mắt
để rửa sạch da ông và tâm trí tôi khỏi sự loang lổ của bùn
Khi khuôn mặt ông hiện ra sau màn sương
tôi cọ ngón tay lên môi
rùng mình
chạm vào tên
ông ngoại

EATING *PHỞ* WITH MY GRANDPA

For my grandfather,
killed in 1954 in the Land Reform Movement of North Vietnam

A man knocked at the door of my dream
and poked his mud-smeared face through the layers of mist.
"I am hungry," he said and proceeded to my table,
covered with food I was offering to my ancestors on the occasion
    of Tết.*
The smoldering bunch of incense suddenly flared up, its billowing
smoke blurred my eyes so I couldn't see how the man looked.
"Nobody offers *phở*** to ancestors," he laughed
and slurped down a spoonful of my soup,
to which his head nodded in approval.
As he ate the white strings of noodles and the thin slices of beef,
I wanted to tell him how my mother had taught me
to use instinct to measure the right amount of cinnamon, anise,
    ginger, and onions,
to cook the soup base,
but invisible fingers forced my mouth to close,
and I saw the steam from the man's bowl
roll down his face like tears
to clear his skin and my mind of mud
and his face emerged out of the mist
so I could put my fingers to my lips
and touch my grandfather's name.

* Tết is Vietnamese New Year, celebrated on the first day of the Lunar Calendar Year.
** *Phở* is the most famous dish of Vietnam—noodle soup cooked with chicken or
  beef and spices. It is served hot with fresh Vietnamese mints, chilies, bean paste
  and lemons.

BÀI THƠ CHƯA THỂ ĐẶT TÊN

Nâng bát cơm trên tay, những hạt gạo gặt từ cánh đồng bà tôi
    nằm xuống
Từng hạt gạo ngọt thơm, như lời ru của bà, người tôi chưa hề biết
    mặt
Tôi hình dung khuôn mặt bà mềm mại, khi bà được chôn vào
    lòng đất, áo quần tơi tả, da dính chặt với xương
Trận đói năm bốn lăm, làng tôi đói mồ chôn xác chết
Mồ bà không ai biết
Bát cơm đắng miệng cha tôi 65 năm

65 năm sau, hương hồn tổ tiên dẫn cha và tôi đến trước mộ bà
Lần đầu tiên tôi nghe cha gọi "Mẹ""
Cánh đồng lúa sau lưng cha run rẩy

Hai chân tôi gắn chặt vào bùn
Nghe trong khói hương, hồn bà lan tỏa, bám sâu vào đất, mọc rễ
    vào ruộng đồng
Bà se sẽ hát ru gọi lúa trổ đòng

Nâng bát cơm trên tay, tôi đếm từng hạt gạo
Từng hạt óng ánh mồ hôi của tổ tiên tôi còng lưng gieo gặt
Từng hạt óng ánh thơm lời ru của bà tôi
đơm lên từ lòng đất

Ngoài kia
    trong hoàng hôn
        lời ru bà tôi se sẽ trổ đòng

THE POEM I CAN'T YET NAME

My hands lift high a bowl of rice, the seeds harvested
in the field where my grandmother was laid to rest.
Each rice seed tastes sweet as the sound of lullaby
from the grandmother I never knew.
I imagine her soft face as they laid her down into the earth,
her clothes battered, her skin stuck to her bones;
in the Great Hunger of 1945*, my village
was starved for graves to bury all the dead.
Nobody could find my grandmother's grave,
so my father tasted bitter rice for sixty-five years.

After sixty-five years of searching,
spirits of my ancestors led my father and me
to my grandmother's grave.
I heard my father call "Mum," for the first time;
the rice field behind his back trembled.

My feet clung to the mud.
I listened in the burning incense how my grandmother's soul
    spread,
joining the earth, taking root in the field,
where she quietly sang lullabies, calling the rice plants to blossom.

Lifting the bowl of rice in my hands, I count every seed,
each one glistening with the sweat of my ancestors,
their backs bent in the rice fields,
the fragrance of my grandmother's lullaby alive on each one.

* The Vietnamese Famine of 1945 occurred in northern Vietnam from October
1944 to May 1945, during the Japanese occupation of French Indochina in World
War II. Between 400,000 and 2 million people are estimated to have starved to
death during this time.

NGƯỜI LÀM VƯỜN TRONG ĐẠI NỘI

Tặng những người dân Huế

Tiếng sét oằn thân cây
Người làm vườn miệt mài ươm từng mầm cỏ
Lũ nhấn chìm thành phố
Người làm vườn miệt mài ươm từng mầm cỏ

Hoa đại trắng trên tóc ông bạc
Hoa phượng đỏ bên áo ông phai
Hoa sen hồng dưới bàn tay thô ráp

Những triều đại lụi tàn
Người làm vườn miệt mài ươm từng mầm cỏ

Trên những triều vua đã đổ
Mồ hôi người vươn lên xanh tươi

THE GARDENER IN THE ROYAL CITADEL

For the people of Huế—Vietnam's ancient citadel

Thunder bends tree trunks;
the gardener engrosses himself in sowing each seed of grass.
Tempests sink the city;
the gardener engrosses himself in sowing each seed of grass.

Plumeria flowers are white around his gray hair.
Flamboyant flowers red alongside his faded shirt.
Lotus flowers pink under his cracked hands.

Royal courts decline;
the gardener engrosses himself in sowing each seed of grass.

On the collapsed royal dynasties,
the sweat of humans rises from their ashes.

NHỮNG NGÔI SAO HÌNH QUANG GÁNH

Tặng những người bán hàng rong ở Hà Nội

Họ gánh về cho tôi mùa ổi mùa xoài mùa mận
Mùa sen mùa cốm trên vai
Cả nắng ban mai cả hoàng hôn tím
Ngày đi rưng rưng đôi dép lê

Tôi mua được mùa ổi, mùa sen bằng đồng bạc lẻ
Những đồng bạc lặng lẽ
Thấm đẫm sương đêm, thấm đẫm mồ hôi

Sau lưng họ đồng làng mồ côi hun hút gió
Vòng tay ngỏ
Lời ru con căng sữa

Họ gánh về cổng tôi bao mùa trinh nguyên, những mùa tôi sẽ
        quên nếu thiếu họ
Hương nhãn Hưng Yên vừa vào mùa, sen Tây Hồ vừa nở, cốm
        Làng Vòng vừa trăn trở những hạt xanh
Họ gánh tặng tôi ngọn gió mát lành đồng quê
Nơi mẹ, và con và chồng họ đứng chờ
Nơi cơn mơ
Vùng vằng khát

Tôi văng vẳng nghe họ hát
"Khó thời đòn gánh đè vai
Lần hồi nuôi mẹ mặc ai chê cười"*

* Ca dao

22

STARS IN THE SHAPE OF CARRYING POLES

For the street sellers of Hà Nội

The women carry the seasons of guava, mango, and plum to me,
the seasons of lotus, green young sticky rice on their shoulders,
bringing me the enlightened sunrise, the blue sunset,
dragging their sandal footsteps on the road.

With such little money, I can buy the seasons of guava and lotus,
the small bills
silently
soaked with dew, soaked with sweat.

Behind these women's backs, from orphaned village fields,
the wind howls endlessly.
They open their embrace:
empty lullabies, swollen with milk.
They carry countless virgin seasons to me;
the seasons I would have forgotten without them.

The aroma of Hưng Yên just coming into being,
the lotus of West Lake
just coming into blood, Vòng village
restless to produce
the green young sticky rice.

They carry to me the fresh breeze from their village
where their mothers, children, and husbands stand waiting,
where dreams are thirsty, and struggle.

I hear their faint singing:
In difficulty, the poles press heavy on my shoulder
*but I find ways to feed my mother, ignoring people's laughs**

* Vietnamese folk poetry

Những ngôi sao của tôi
Gánh trên vai mình hẩm hiu số phận
Vô danh giữa đời thường
Đặt vào mắt tôi bao tia nhìn mang hình dấu hỏi

They are my stars,
carrying their difficult fates on their shoulders,
unknown in life,
gazing burning questions into my eyes.

CÔ BÉ THUYỀN NHÂN

Hương, như hương ổi thơm
người bạn ấu thơ của tôi đã hái
vào mùa hè chín mọng năm 1986
trước khi một chiếc thuyền trôi Hương vào đêm đặc quánh
của đại dương đen

Dưới bầu trời được đan bằng những vì sao đang nhoè
tôi đứng nhìn Hương đi
đôi vai bạn tôi chiếc lá mỏng manh
giữa rừng lá đang bám víu vào nhau giữa trận cuồng phong

Với mùi thơm của những quả ổi vỡ òa
trong lòng bàn tay, tôi chạy theo Hương
nhưng một người hàng xóm nhoài ra kéo tôi vào bóng tối
"Đừng khóc, con ơi," bà nói, "đừng làm lộ sự bí mật của chuyến
    đi"

Ngày đó, tôi còn quá nhỏ để hiểu về sự chia ly
và lý do tại sao đất nước tôi bị cắt làm hai khúc
Bắc và Nam
vì sao qua bao năm
máu chia ly vẫn còn đắng miệng

Tôi không biết rằng Hương
sự ngọt ngào của những quả ổi chín mọng mùa hè năm ấy
bị nuốt chửng giữa biển khơi bởi những con sóng tím bầm
Hương chỉ là một trong những cái tên
trong hàng trăm nghìn thuyền nhân
lênh đênh giữa đại dương

Tôi chỉ biết tin khi mẹ của Hương trở về
từ nước Mỹ, nơi bà đang sống một cuộc đời khác
dưới một cái tên khác - Elizabeth

THE BOAT GIRL

Hương, like the perfume of the guavas she picked
in the ripe summer of 1986,
before a boat carried her away
into a thick night of the dark ocean.

Under a dome
woven by blurry stars,
I stood watching her go,
her shoulders a trembling thin leaf
among the forest of leaves clinging together in a hurricane.

With the perfume of her guavas
bursting onto my palms, I ran after her
but a neighbor reached out to pull me into the dark.
"Don't cry, my child," she said, "don't reveal the secret of their
    escape."

I was too young to understand then
about the pain of separation
and the reasons for my country to be slashed in two—
North and South—
the blood of its division bitter in our mouths.

I didn't know that Hương, the perfume of ripe
guavas that summer,
would lose her lovely name
to the towering waves of a surging storm,
one in hundreds of thousands
of Vietnamese refugees adrift at sea.

I didn't know
until her mother reappeared
after twenty-five years of living as Elizabeth
far away, in America.

Tôi đến thăm bà, lòng bàn tay đầy ắp những quả ổi
được vớt dưới vòm trời đầy sao
của đêm năm xưa
hương thơm của chúng vẫn đốt cháy những ngón tay tôi sau ba
    mươi năm
Tôi đã muốn nói với bà điều ấy
nhưng không thể cất lời
vì trong nỗi đau đang cuộn sóng trong mắt bà
tôi thấy Hương đang vắt vẻo trên một cành cây bị gãy làm đôi
tiếng cười trong trẻo bay lên
thành những giọt mưa thơm hương ổi chín

I brought her a handful of guavas
saved from the dome of stars
that watched Hương leave.
Their perfume still burned my fingers
after all those years,
I had wanted to tell her.
But I couldn't because amidst the pain in her eyes,
I saw Hương dangling on a branch broken in half,
her pure laughter rising up
into raindrops ripe with guava perfume.

KHU VƯỜN MÙA XUÂN

Ngồi cạnh tình yêu của em trong khu vườn thương nhớ
những ngón tay trần đan sâu vào lòng đất

Với gió run rẩy trên tóc
em biết mùa xuân đang tung hoa lên những cành cây trụi lá trên
 đầu
nơi tiếng chim gọi cỏ non trỗi dậy
và bầu trời đang nở bung ánh sáng cuối ngày.

Làm sao em có thể nói với anh
rằng em muốn phủ tràn khu vườn này bằng màu xanh tuổi trẻ
 của em
và đơm nụ bằng những lời ru mẹ em đã hát
và dù em biết
sự sợ hãi đang mọc rễ những ngón tay em vào trong lòng đất
em chỉ cần nhìn bàn tay lấm láp của anh
để biết rằng em sẽ bình yên
nếu để trái tim mình nảy chồi trên đôi bàn tay ấy

SPRING GARDEN

Side by side I sit with my love, at the garden of our longing;
our naked fingers dig deep into the earth.

With the wind shuddering my hair,
I know spring is blossoming on bare branches above my head
where birds call for newborn grass
and a blue sky is willing to burst itself from the failing light.

How would I tell him that I want to fill this garden
with the green of my youth, and sweeten it
with songs that my mother sang to nurse life into my breath,
and that even though I feel fear
take root in my fingertips,
all I need do is to look at his bare hands,
cracked with a life of labor and suffering,
and know it will be safe
to let my heart grow in his love.

CÔ TÔI

Khi còn bé, một lần tôi ốm nặng
cơn sốt bừng bừng đẩy tôi về phía bóng tối
linh hồn tôi muốn bay lên
nhưng những ngón tay mát dịu của cô tôi níu tôi ở lại
Trong ranh giới ảo mờ giữa sự sống và cái chết
tôi thấy nước mắt cô rơi thành những chuỗi ngọc trai

Tôi đã từng thấy cô tôi nhỏ lệ
và tôi đã giữ những hạt ngọc trai đó trong sâu thẳm ngực mình
Cô đã khóc khi chúng tôi phủ phục dưới chân tượng Phật Bà
    Quan Âm
trong ngôi chùa làng tôi với những mái ngói cong vầng trăng bị
    vỡ
Cô tôi nâng những ngón tay run rẩy và bó nhang cháy đỏ lên đầu
cầu xin thế giới thần linh trả lại cho cô người mẹ thời ấu thơ
chết đói năm 1945
xương của bà đã thất lạc trong một biển xương
của gần 2 triệu người Việt Nam

Ngày hôm nay cô tôi không còn khóc
khi cô quỳ bên chiếc giường của chú tôi
người đang đau nặng bởi căn bệnh ung thư
nhưng người đang phải sẻ chia
chiếc giường đơn cọc cạch của mình với hai người đàn ông tong
    teo khác

PEARLS OF MY AUNT

Once as a child I was so sick,
a burning fever lifted me into the dark.
My soul wanted to fly up, but my aunt's

cooling fingers tethered me back,
so in the dim haze between life and death,
I saw her tears fall like rivulets of pearls.

I had seen her cry before and I had
kept those pearls deep inside my chest as we
kowtowed our heads three times to Buddha

who sat at our village pagoda,
the roofs curling into half-broken moons.
With trembling hands my aunt had raised a bunch

of burning incense above her head
and begged the unknown world to return to her
the mother of her childhood,

beaten and starved to death,
her bones lost in the fallen sea
of nearly two million Vietnamese

dead in the Great Famine of '45.
Today my aunt no longer cries as she
kneels by the bedside of my uncle,

dying from cancer, who has to share
his single, tattered hospital bed
with two other withering men. She

Cô không còn khóc. Cô cười để tiếp thêm sức lực
cho những người xung quanh
cô cười như thể thế gian này tuyệt đẹp và đáng sống

Tôi đứng đây
những giọt nước mắt của cô tôi kết tinh thành ngọc trai trong
    lồng ngực
buộc tôi vào mặt đất

doesn't cry. She smiles to cheer them on.
She smiles as if this world was
wonderful, and worth living.

I stand here with the pearls of my aunt's courage
blossoming inside my blood,
holding me to the earth.

NHỮNG NGƯỜI CÔNG NHÂN DỆT MAY BANGLADESH

Ngày 24/4/2013, tòa nhà Rana Plaza cùng những xưởng dệt may đã đổ sụp ở Dhaka, Bangladesh

Năm mươi hai người chết
Một trăm
Hai trăm năm mươi
Ba trăm bảy mươi
Năm trăm
Sáu trăm hai mươi
Hơn một nghìn người chết
Mỗi ngày khi tôi mở báo, những con số căng mắt nhìn tôi
mỗi con số là những khuôn mặt đã biến dạng của phụ nữ dệt may
    Bangladesh

Tôi đã gặp họ vài năm về trước
khi tôi là khách ở thành phố thủ đô của họ - Dhaka
chật ních xích lô và những bàn chân của họ
những bàn chân lặng lẽ đi từ bóng đêm
đem bình minh đến hiên nhà tôi

Tôi đã vén chiếc rèm chia cắt hai thế giới của chúng tôi và quan
    sát họ
những khuôn mặt dịu hiền với bao lo toan vùi sâu trong mắt
Khi một ngọn gió thoảng qua nâng những chiếc khăn *shalwar
    kameez* của họ bay lên
tôi thấy hy vọng tỏa sáng trên đôi má nám đen

Giờ đây, khi thân thể mỏng manh của họ đang bị chôn sâu dưới
    tầng tầng gạch, thép, xi măng
tôi vẫn thấy họ vá những mảnh đời đang vỡ
bằng đôi tay cần cù, chịu thương chịu khó
thành những chiếc áo mà những người đàn ông phương Tây trả
    không hơn một đồng bạc lẻ

THE GARMENT WORKERS OF BANGLADESH

*For those who perished in a Bangladeshi garment factory building which
collapsed on 24 April 2013.*

Fifty-two people dead.
One hundred.
Two hundred fifty.
Three hundred and seventy.
Five hundred.
Six hundred and twenty.
More than one thousand perished.
Each day as I opened the newspapers these figures stared back at
    me
with twisted, beautiful faces of the women of Bangladesh.

I had met them a few years back
when I was a guest in their city of Dhaka,
crowded with cyclos and their footsteps
as they walked before sunrise to bring light across my house.

I had studied them through the drawn
curtains of our two worlds
but they had burrowed their burdens deep inside their eyes
so when a breeze lifted up the scarves of their flowing *shalwar
    kameez*
I could see hope haloing their brown cheeks.

I can still see
how they had sewn the broken patches of their lives
with the needles of their patience, resilience, and hard work
into shirts that men in the West paid for with a peck of dirt.

Và bây giờ, khi lòng tham của những ông chủ đổ sụp lên đầu
những bàn tay của họ vẫn may
và trái tim của họ vẫn hát
để biến những tiếng khóc
của những đứa con, đã hoặc chưa được sinh ra
thành một bài hát lặng thầm

một bài hát mà cả thế giới chẳng cần quan tâm
chẳng dừng lại để lắng nghe
khi chúng ta căng lồng ngực tiến về phía trước
với những bộ quần áo được may bằng những ngón tay dập nát
đẫm những giọt máu tàng hình
của những người công nhân dệt may Bangladesh

And now as the weight of greed collapses onto their heads,
squashing them to dust,
their hands still sew
and their hearts sing to lull the wailings
of their children, born and unborn, into a silenced song

that the world doesn't care about, or stop to listen to
as we proudly march to work,
our clothes sewn with broken fingers and drenched
with the invisible blood
of the garment workers of Bangladesh.

BÍ MẬT HOA SEN

Mi mắt của đêm nhấc tôi lên chiếc thuyền nan
dạt trôi giữa những bông hoa đang hát
Hoa sen; người yêu tôi gọi tên hoa, mùi hương ngan ngát hồng
    môi anh
Hoa sen!

Những bông hoa dịu dàng, run rẩy
căng mẩy ban mai
những tán lá xanh mịn màng nín thở

Khi tôi nếm mùi thương nhớ
trên khuôn mặt anh
màu hồng sen bay lên

Chỉ có hoa sen biết
giây phút tôi nở thành hoa
trên run rẩy bầu ngực ánh sáng

THE SECRET OF HOA SEN

The eyelid of night lifted me onto a sampan,
floating among the humming lotus.
Hoa sen; my darling called out their name
so their perfume blossomed onto his lips,
unveiling the mist of a world
that I didn't know existed.

The *hoa sen* swayed, shivered, breathless.
"Hold me," he said, as if from another life.

When I reached for the world of his face,
I could taste our longing on his skin,
glistening with a new sun
rising between us.

Only the *hoa sen*
witnessed how I became
the flower
that trembled on the chest of light.

HAI PHẠM TRÙ SỰ THẬT

Trong khách sạn Metropole, hai người đàn ông ăn cá hồi nhập
    khẩu từ Na Uy, hào sống và thịt bò Úc, nước lọc Pháp, xúc
    xích Đức
Cửa kính rộng phản chiếu hình họ, cùng những cô phục vụ mặc
    quần áo từ thời cổ xưa, chắp tay lễ phép
Mặt bên kia cửa kính, một người đàn ông bơm xe đạp, hy vọng
    phập phồng trong buổi trưa nắng gắt
Và người đàn bà dép lê đang góp nhặt từng đồng từ bún đậu
    mắm tôm.

Tất cả cùng xuất xứ nông dân
Thuộc về hai phạm trù sự thật
Không có gì ở giữa họ ngoài tấm cửa kính dày
    và dòng xe cộ đang trườn đi, hối hả.

TWO TRUTHS

At Hà Nội's Metropole Hotel, two men eat salmon
imported from Norway,
fresh oysters and beef from Australia, water from France,
    sausages from Germany;
the plate-glass windows reflect them, and the waitresses
are dressed in ancient clothing, their hands folded in respect.

On the other side of the glass, a man fixes
bicycle tires for a living; his hope
throbs in the heat of summer's midday.
A woman carries plain noodles on her pole
which she sells with tofu and shrimp paste.

They were all farmers once,
and now belong to two different truths,
with nothing between them except the thick plate glass,
and a stream of people crawling forward, in a hurry.

NGÔI NHÀ TRÁI ĐẤT

Con đường chảy máu xanh đến khi nhợt nhạt không còn máu
    nữa
Mùa hè chôn tiếng ve
Mùa đông khâm liệm lá
Tôi trơ trọi trên lối bê tông nghĩa địa loài cỏ
Nỗi buồn không chỗ treo

Mọc lên mọc lên những tòa nhà cao tầng bê tông cốt thép
Dày lên dày lên khói bụi
Tiếng ồn nuốt chửng mặt trời
Tôi vuốt mặt mình chẳng thể nhận ra tôi

Dòng sông chảy về từ cánh rừng chết trẻ
Máu quầng lên ráng đỏ
Nhân loại tự khâm liệm bằng trùng trùng trận lũ quét từ phía đồi
    trọc
Nơi đám cây còn ngạo nghễ hôm qua chôn rễ khóc phận mình

Nơi thảm mạ một thời non
Ống khói nhà máy nghênh ngang thọc vào sườn ánh sáng
Ung thư đáp xuống mọc lên di căn từ lòng tham loài người
Biết trốn vào đâu
            khi
                tôi
                    rượt đuổi
                        chính tôi?

EARTH HOME

The roads bleed out their green blood until they're pale.
Summer buries the sound of the cicada;
winter entombs the leaves.
I am bare on the concrete pavement—the cemetery of grass—
and sadness finds nowhere to hang.

Concrete, towering steel,
dust, thickening smoke.
In one gulp noise swallows the sun.
I put my hands to my face; I cannot recognize myself.

Rivers flow from forests which have died too young,
blood halos of red clouds;
humankind drowns itself with floods
rushing down bare mountains
where once proud trees
cling with their roots, crying out their fate.

Where young rice plants were green,
factory chimneys poke into the ribs of light.
A cancer descends, grows, and spreads from human greed.
Where can I hide, when I am chasing myself?

NHỊP GỐM

Trắng xanh xanh trắng chở tôi về thời thơ ấu
Đường làng be bé cong cong bàn chân

Vàng vàng rơm vàng
Trăng trắng mây
Lộc đầy vườn biếc

Chén chè xanh ngõ loanh quanh thuốc lào cay mắt
Tiếng người trong vắt
Vục tôi vào ngụm giếng làng
Xiết tôi vào ngực Bát Tràng

Hoa tay nở hoa gốm
Em cười lung linh hoa
Trắng xanh xanh trắng bốn mùa trải lụa
Ru tôi nhịp gốm thênh thang mênh mang

CERAMIC RHYTHM

White blue, blue white, carry me back to my childhood.
The narrow village lanes curve with my feet.

Golden rice straw, white clouds,
buds full of the emerald gardens to come,

cups of green tea, winding village lanes, tobacco pipes
that bring tears to my eyes.
Crystal clear human voices
scoop me into the gulp of the village well,
embrace me into the heart of the village of Bát Tràng.*

Human hands blossom into ceramic flowers:
white blue, blue white, four seasons spread out soft silk.
Sing to me the lullaby of vast ceramic rhythms.

* Bát Tràng Village, located thirteen kilometers southeast of Hà Nội, is famous for
  its ceramics for the last thousand years. Blue and white are two distinctly tradi-
  tional colors of Bát Tràng ceramics.

THỜI GIAN TRẮNG

Trong mưa phùn mùa đông, tiếng ve xé lòng mùa hạ
Tôi nhìn thấy ông
Kiên nhẫn đứng như một chấm than giữa phố phường lũ lượt còi
    xe
Người người mắc cạn trong sự vội vã của chính mình

Ông một mình
Lặng lẽ
Nhỏ bé
Thời gian chảy qua hai bàn tay

Tôi mua một cuốc xe ôm
Ông chở tôi đi không kỳ kèo giá cả
Hình như, ông chỉ muốn ai đó nghe thấy giọng mình trồi lên trên
    những tòa nhà cao ốc
        trên những điệu nhạc ộc từ quán bar
            vượt lên tiếng còi xe người người bắn vào nhau như đang ở
            trong cuộc chiến

Tôi ngồi sau xe
Lắng nghe ông kể chuyện
Nghe gió Trường Sơn thổi về từ mái tóc bỗng điểm bạc
Nghe nắng miền Trung hát trên đôi vai gầy guộc
Nghe tiếng súng xuyên về từ ngày tôi chưa sinh

Người lính già
Đem giọt mưa xa về mắt tôi
Giọt mưa mang vị ngọt chiến thắng, vị đắng cuộc chiến đã xa ông
    vĩnh viễn ghi tên mình vào nó
Vị mặn trăn trở - "rồi có ai còn nhớ tới Trường Sơn"
Và, vị cay của cuộc sống đời thường tấp nập chảy quanh tôi
    như chỉ biết vươn mình về phía trước
        về phía trước
            phía trước...

THE WHITE TIME

In winter's drizzling rain, in the cicada song
born out of summer heat,
I find him
standing patiently as an exclamation mark
amid the crowded stream of vehicles,
people getting stuck in their own hurry.

He is alone, silent and small,
time flowing through his palms.

I buy a motorbike taxi ride.
He takes me, unconcerned about the price.
It seems he only wants someone to hear his voice,
struggling to emerge above the high-rise towers, above the music
spewing from bars,
overcoming the hoots of vehicles
that people aim at each other as if at war.

I sit on the back on his motorbike,
listening to his story,
listening to the wind of Trường Sơn Mountains
blow through his hair
streaked with white,
listening to the Central Highlands' sun
sing on his bony shoulders,
and to bullets, cutting through the days before I was born.

The old soldier
brings faraway raindrops to my eyes;
the rain carries with it the sweetness of victory,
the bitterness of the faraway war
where he permanently carved his name,
and the saltiness of his worry: *who will remember Trường Sơn,*
and the sharpness of daily life rushing around me
as if knowing only how to reach forward,

Mà quên đi
Quên đi
Những người lính và những câu chuyện cần được kể
Quên đi
Người lính già bé nhỏ
Cạnh ngã tư đường
  thời gian trắng qua đôi bàn tay

to the front
where everyone looks ahead,

so forgetful,
forgetting,
the soldiers and their stories that need to be told.
Forgetting,
the small soldier in the middle of the noisy, crowded city
next to the crossroad, time, whitening through his palms.

VỚI MỘT CỰU BINH MỸ

Tặng BW

Chúng tôi đối diện với nhau
Màn sương hận thù được thay bằng làn khói phở bốc hơi nghi
    ngút
Ông nhễ nhại trong trời nóng bức
Như một người Việt thành thạo, nâng đũa lên

Chiến tranh chưa bao giờ bị bỏ quên
Chiến tranh chưa bao giờ chấm dứt
Hằng đêm ông vẫn phải sống sót những giấc mơ

Ông lặng im
Tiếng còi xe bốn bề nổi sóng
Tròng trành chúng tôi giữa hiện tại và dĩ vãng

Ông chẳng thể giải thích lý do của cuộc chiến
Vì sao người thân tôi phải ngã xuống
Vì sao bao trẻ thơ vẫn bị cầm tù trong nỗi đau chất độc da cam

Nếu ông kể thì tôi cũng chẳng chạm được vào màu trắng của
    những đám tang
Đã ghi dấu trên tóc ông
Đã tạc vào đôi mắt ông
    đang dìm tôi xuống chiếc phễu khổng lồ không đáy

 Trên màn hình TV, một cuộc chiến tranh đang sống dậy
Cách chúng tôi một gang tay, cái chết đang há miệng
    ngoạm lấy
        nuốt chửng những số phận

Cách chúng tôi chỉ một gang tay

Cách chúng tôi chỉ một gang tay

WITH A VIETNAM VETERAN

For BW

We sit opposite each other,
a dewy curtain of hatred
replaced by the smoke screen from two steaming bowls of *phở*.
He sweats like a Vietnamese in the tropical heat,
like a Vietnamese he raises his chopsticks.

The war has never stopped.
He has never forgotten the war,
and each night he must survive his own dreams.

He stays quiet,
traffic noise making waves from all four sides,
rocking us between present and past.

He can't explain the reasons for the war,
the reasons why my relatives had to fall,
and why so many children are imprisoned
in the pain of Agent Orange.

If he told me, I would not be able to touch the funeral whiteness
that has bleached his hair, and carved into his features,
sinking me deep into a bottomless, twirling tunnel.

On the nearby TV screen, another war is alive;
only an arm-span away from us, death is opening its mouth,
snatching and gobbling down lives;

only an arm-span away from us.

Only an arm-span away.

HAI NẺO TRỜI VÀ ĐẤT

Trắng trời những ngôi mộ vô danh
Trắng đất những người con đi tìm mộ bố
Mưa tả tơi xuống họ

Những đứa con chưa biết mặt cha
Những người cha không thể trở về nhà
Tiếng gọi "con" còn chôn sâu trong ngực
Tiếng gọi "cha" hơn 30 năm thao thức

Đêm nay tôi nghe tiếng chân cha và con từ hai nẻo trời và đất
Những bước chân rần rật
Lần tìm về nhau
Những bước chân cạn máu
Lạc nhau qua triệu dặm đường
Lạc nhau qua nghìn thế kỷ

Mỗi bàn chân tôi đặt trên đất nước
    đang đặt lên bao nhiêu thân thể lạnh khói hương trong lòng
    đất?
    dẫm lên bao nhiêu biển nước mắt
        của những người con chưa tìm được mộ cha mình?

SEPARATED WORLDS

Graves of unknown soldiers whiten the sky.
Children looking for their fathers' graves whiten the earth;
rain tatters down onto both of them.

Children who haven't known their fathers' faces,
fathers who live the lives of wandering souls,
their shouts to each other buried deep in their chests,
yet through more than thirty years, the shouts stay alive.

Tonight I hear their footsteps
coming from two separate worlds;
the hurried, trembling footsteps
finding each other in the dark;
the footsteps sucked dry of blood,
lost through millions of miles,
lost through thousands of centuries.

With each footstep I place in my country,
how many bodies of wandering souls will I step on?
How many oceans of tears
of those who haven't yet found the graves of their fathers?

* The Vietnam War ended nearly forty years ago, yet hundreds of thousands of
  families are still looking for the remains of their loved ones.

THÁNG TƯ

Chạm môi vào tháng Tư
Giật mình nghe môi tháng Tư là nụ hoa gạo đỏ
Những nụ hoa run rẩy gửi nụ hôn về phía chân trời
Không người nhận
Tan tác rơi
Tôi nhặt mang về ủ cho mình giấc mơ nhuốm màu lửa

Chạm tay vào tháng Tư
Thảng thốt khi da thịt tháng Tư là cánh đồng mạ mơn mởn xanh
Lá mạ sắc lẹm cứa tay tôi rỉ máu
Tôi gói mùi thơm dịu dàng vào áo
Ủ làm giấc mơ buồn

Chạm ngực vào tháng Tư
Nhịp tim tháng Tư chênh vênh thở vào ngực tôi lời lang thang
    của gió
Tôi ủ vào trái tim để ngỏ
Lời tình không men

Ngước mắt nhìn lên tháng Tư
Lệ tháng Tư khóc vào mắt tôi bằng giọt mưa mùa đông để quên
Cơn mưa hạ sải chân chạy trên cánh đồng loáng nước
Tôi gói vào tóc ướt
Ủ giấc mơ phiêu bạt về phía trời xa

Tháng Tư nở hoa
Bằng những đôi-môi-hoa-gạo-đỏ

APRIL

I touch my lips onto April,
startled when April's lips are the red *gạo* flowers.
Trembling, the buds deliver themselves to the horizon,
but no one's there, so
scattered, they fall.
I pick them up and bring them home
to ferment a dream for myself,
tinted the color of fire.

I touch my hands onto April,
astonished when April's flesh is the green rice fields—
and the sharp velvet rice leaves cut my hands to bleed.
I stuff the sweet fragrance into my shirt—
to ferment these sombre dreams for me.

I touch my chest onto April,
and tottering, April's heartbeats
breathe the wind's wandering words into my blood,
to ripen love in my veins.

I look up into April,
and April's tears cry into my eyes,
rain of the forgotten winter.
The summer rain stretches its feet across the watery fields.
I bundle the drops into my soaked hair—
make a dream of a far journey for myself.

April blossoms,
with red-*gạo*-flower-lips.

NGHÌN NĂM

Đợi màu xanh hàng cây lặn vào bóng đêm
Đợi tiếng còi xe ngủ im sau cánh cửa
Đợi những lo toan khép vào mi mắt
Đợi vòng_quay_ngày tắt

Để bừng lên tình yêu Hà Nội của riêng mình
Riêng mình
Trong tiếng chân díu dan bóng tối
      tiếng côn trùng cất lên tiếng nói ngàn năm
         tiếng cha ông chảy về trùm lên ánh sáng

Tiếng chổi đêm xao xác cho riêng tôi một mùa thu mới
Lấp lánh quanh tôi những vì sao
Phố cũ, những ngôi nhà co ro nép vào nhau
Tỏa bóng xuống
Dìu tôi về phố Phái

Chạm vân tay lên quá khứ, hiện tại
Vẽ bức tranh Hà Nội riêng mình

Một giọt sương đêm
Thanh tẩy tôi, dâng lên nghìn năm Hà Nội

THOUSAND YEARS

Wait for the green of trees to disappear into darkness,
for the motorbike and car horns to sleep tight behind doors,
for worry to shut behind the eyelids,
for the day's turning wheel to stop,

to light up my love for Hà Nội.
My own love,
in the sound of footsteps intertwining with darkness;
the sound of insects the voice of a thousand years;
the sound of ancestors flowing into light;

the sound of brooms sweeping a new autumn for only me,
shining the stars around myself.

Old Quarter, houses huddle, leaning into each other,
emitting shadows,
leading me to the streets of Bùi Xuân Phái.*

I touch my fingerprints onto the present and past,
and sketch a drawing of Hà Nội.

* Bùi Xuân Phái (1920–1988) is one of the most extraordinary figures of Vietnamese
  modern art, famous for his paintings of Hà Nội's Old Quarter.

BẦU TRỜI TRẮNG

Cầm bút
Chưa viết
Trang giấy đã hiện đầy chữ con chữ người khác

Nhắm mắt
Chưa mơ
Đêm đã nhòe nhoẹt giấc mơ của người khác

Tiếng khóc của sự khổ đau vẫn nằm ngoài trang giấy
Sự bất công thản nhiên tung tẩy

Ta quỳ dưới mưa

Xưng tội trước bầu trời trắng

THE WHITE SKY

I pick up my pen,
not yet writing,
the pages already full of the words of others.

I close my eyes,
not yet dreaming, night
already smeared with the dreams of others.

From beyond the pages, cries of suffering
from where unfairness coolly patrols.

I kneel under the rain,

confess under the white sky.

ƯỚC VỌNG MÂY

Đổ tung tóe vào tôi cơn mưa rào mùa hạ
Những giọt mưa thanh tân hòa ca

Hóa thân từ biển cả, sông ngòi, đồng ruộng
Từ nước mắt sung sướng, khổ đau
Và một ngày mây
Và một chiều rơi
Òa lên tôi
Sa bồi
Ca hát

Những giọt mưa ngân như rừng, những giọt buông như biển
Những giọt mưa không quốc tịch
Gõ vào tôi những cung bậc dương cầm ào ạt, rì rầm, tí tách
Xướng lên khúc ca sống

Và mưa và mưa quanh tôi những phận người ngắn ngủi
Chênh vênh
Một lần trắng giọt

Những phận người mang thèm khát, như mưa
Như triệu triệu hạt đan cài xóa nhòa ranh giới
Được hạnh phúc một lần òa vỡ
Từ đâu đó trong thẳm sâu của đất
Bay lên
Những
Ước vọng
Mây

THE DESIRE OF CLOUDS

The summer shower pours into me,
pure rain in a chorus
reborn from oceans, rivers, fields,
from tears of misery and tears of happiness.
One day the clouds open and pour into me,
silting, singing.

Rain vibrates like a forest, freeing itself like the sea;
rain of no nationality,
drumming into me the impetuous, murmured piano tones;
the rain blankets me, the human fates
short-lived, tottering, white only once.

MIỀN TÂY!

Nỗi nhớ lên men
Trào ngực
Điệu hò thao thức
Miền Tây!

Đuổi bắt với ngày
Tôi trốn trong mùa hoa điên điển
Vàng tôi cái mùa hoa hò hẹn
Nhớ ai sông đầy

Sóng sánh dâng câu vọng cổ chiều
Một bóng đò ngược tóc hoàng hôn
Người nón trắng che nụ cười rất trắng
Con thuyền tách nắng chở mùa đi

Chợ nổi chìm tôi sắc tươi hoa trái
Chợ nổi chìm ai tiếng người cười nói
Mượt ngày tôi cằn cỗi
Xanh ngày tôi úa vàng

Tôi hoang dã những dấu chân xứ lạ
Bỏ lại tuổi thơ miền Tây nắng gió
Con đường đất đỏ tim tím lục bình
Áo bà ba trắng gột mắt bình minh

Cầu khỉ cheo leo bàn chân quên lối
Ngày đuổi kịp tôi
Ngày níu áo ngày
Để tôi cởi gió
Thả vàng lên cây

MEKONG DELTA

In the waking, ancient songs,
I find the Mekong Delta.

Playing tag with the day,
I hide in the season of *điên điển* flowers,
golden, marking the season;
the rising river misses me;

glittering on its surface, the traditional *vọng cổ* songs rise.
The sampan's shadow rows backward into the hair of sunset.
The girl in a white straw hat hides her white smile.
To carry the seasons away, the sampan separates the light.

The floating market sinks me in the fresh colors of fruit.
The floating market sinks me in the sound of people's laughter,
enriching me who is stunted,
greening me who is withered.

I am wild, my footsteps left in strange lands,
leaving behind my childhood in the Delta of sun and wind,
the red dirt roads, the purple water hyacinths.
The white *bà ba* blouses of the women in the Delta
purify the sunrise.

High on the monkey bridge, my footsteps forget their way.
The day catches up to me;
the day clings to me,
lighting sun onto the swaying trees.

HÀ NỘI

Tôi không được sinh ra và lớn lên trong Hà Nội
Hà Nội tự sinh ra và tự lớn trong tôi
Một cây yêu thương xum xuê vòm lá

Cây yêu thương tạc hình Cột Cờ Hà Nội thổi vào hồn tôi phất
    phới hai từ "Tổ quốc", rạo rực mỗi lần tôi phóng xe qua

Cây yêu thương mang hình hài phố cũ nắng ngủ quên trên mái
    ngói nghiêng nghiêng

Hồ Gươm Hồ Tây Hồ Ngọc Khánh những mặt hồ sóng sánh đổ
    vào tôi ánh sáng

Di cư vào tôi những đỏ trắng tím hồng của hoa phượng, loa kèn,
    bằng lăng, sen ngát
Du mục vào tôi chợ hoa đêm Quảng Bá những vầng nón lá sáng
    vầng trăng

Bãi sông Hồng cong dáng em thiếu nữ mùi hoa sữa vương mềm tóc
Cửa Ô vào đêm mở ra lối nhỏ ảo mờ sương phủ lạc bước người về
Ba mươi sáu phố dẫn về ngực tháp Rùa

Những chiều đổ lá xõa thu về
Dáng người gồng gánh vơi mỏng triền đê

Cuộc sống chảy qua ngập ngừng hè phố hàng nước chè đầu ngõ
    quán phở bình dân
Rất xa
Rất gần
Rất thương
Rất lạ...

Những hoa những lá những giọng những người
Như dành mình tôi
Để hóa thành tôi

HÀ NỘI

I was not born nor raised in Hà Nội.
Hà Nội gave birth to itself and grew up inside of me,
a lush green tree of love,
carved with the figure of the flag tower of Hà Nội,
unfurling the word *Motherland* into my soul.
The tree bears the Old Quarter's body; sunlight
oversleeps on tilting tile roofs.

Lake of the Returned Sword, West Lake, Ngọc Khánh Lake
pour light into me,
migrate into me the red, white, purple, and pink
of the flamboyant Madonna lilies,
the purple summer *bằng lăng* flowers, the aromatic lotus buds
all conspire to nomad me into the night markets of Quảng Bá
where the straw hats of the farmers brighten the moon.
The Red River banks curve
as the bodies of Hà Nội girls
whose hair is soft with the fragrance of *hoa sữa* flowers.
The Citadel Gate enters the night, opening up small lanes, eerie
    with dew;
people returning lose their way.
Thirty-six roads lead to the Turtle Tower's chest.

The afternoon of falling leaves allows autumn to return.
People carry their goods on their shoulders, their footsteps
wearing down the dike.
Life flows through everything, lingering in tea shops and in *phở*
    shops,
so far away, so close, so exotic,
the flowers, the leaves, and the voices of people
as if there for only me,
so as to become me.

Tôi không được sinh ra và lớn lên trong Hà Nội
Hà Nội tự sinh và tự lớn trong tôi

I was not born nor raised in Hà Nội.
Hà Nội gave birth to itself, and then grew up inside of me.

DÒNG SÔNG EM

Tưởng nhớ Nguyễn Đình Thống

Những ngôi sao trên trời không cánh rụng tả tơi nước mắt của
    đêm
Linh hồn em bay lên. Bầu trời khóc xuống
Hạt hạt sa vào mắt chị
Chảy dòng sông vĩnh hằng

Ơi dòng sông hãy đưa em về bình minh
Nơi hạt cát linh hồn con người sải cánh
Bay lên bay lên ước nguyện một đời người
Lành lặn những tả tơi
Chấp vá lại hy vọng

Em chấm nhỏ giữa cuộc đời
Đã thầm lặng là một nốt xanh
Để khi mất đi một rừng cây trút lá

Ru em bằng sóng miền Trung mềm ghềnh đá
Ru em bằng cánh cò miền Nam bay lả
Ru em bằng nắng miền Bắc mềm hương cỏ
Chảy về em
    dòng sông em

YOUR RIVER

In memory of Nguyễn Đình Thống

Stars without wings
drop night's battered tears from the sky.
Your soul flies up; the sky cries down;
the drops fill my eyes;
flow, eternal river.

The river delivers you to a sunrise
where a grain of sand—the human soul—takes wing to fly
above your human dream
to mend your rags with hope.

You had silently accepted to be a tiny green dot.
When you are gone, the entire forest sheds its leaves.

I sing for you the highland's waves, softening the stone shore.
I sing for you storks' wings of the south.
I sing for you the northern sunlight's grassy fragrance
carrying you towards your river home.

CHA TÔI

Tôi lên tàu, mây nhòa tóc Cha
Tiếng còi tàu bật khóc
Dáng Cha gầy, gió chiều cứa buốt
Nặng lăn những vòng quay chia ly

Tôi đi
Bỏ lại sau lưng cánh đồng cằn khô lô xô nắng hạn
Bàn tay Cha chai sạn
Rắc mùa xanh trên những cánh đồng
Dưới tấm lưng Người là chuyện kể của những mùa thóc
Lời nhọc nhằn thánh thót mồ hôi
Là hy vọng thở từng ngày trong ngực

Đi gần nửa đời người
Tôi mới ngộ được ánh mắt Cha, nụ cười Cha và cả sự im lặng của
    Cha hơn mọi gia tài
Tôi mới đọc được những điều Cha nghĩ
Nghe sau chiếc áo sờn bình dị
Những yêu thương chảy nghẹn trái tim Người
Những yêu thương Cha dành cho tôi
Ngọt con sông mùa cháy khát

Tôi đứng trước cánh đồng ngày xưa Cha gieo hạt
Nghe đất mùa nao nức tình Cha

MY FATHER

I board the train; clouds blur my father's hair.
The train hooting bursts into tears.
My father's fragile figure, the afternoon wind
cuts into us, chilling. Heavily
the turn of separation churns.

Behind me, the dry fields are uneven in the scorching sun.
My father's hands hardened and scarred,
sprinkling green seasons to come on the fields.
Under his back, stories of the seasons of rice harvests;
the words of good work sing out with the sweat
and hope he breaths in every day.

It has taken me half my life,
to understand that my father's gaze, his smile and his silence
are my most precious inheritance.
I can now read his thoughts
alive behind his simple faded shirt,
love overflowing, choking his heart,

the love he dedicates to me,
that sweetens the rivers in the scorching season.
I stand before the field that my father sowed,
listening to green lives rise under the earth.

MẸ TÔI

Tôi vượt sông Lam trở về cội nguồn
Mẹ ôm mộ bà dưới trời mưa tuôn
Đất Nghệ cằn cỗi lúa bám vào sỏi
Mẹ nhai tạm ngô cho qua cơn đói

Tôi vượt đồng cói trở về Ninh Bình
Đạn bom bổ nhào khi tôi vừa sinh
Mẹ chở che tôi qua ngày giông bão
Áo mẹ bạc màu thơm mùi hoa gạo

Tôi vượt Cửu Long trở về Bạc Liêu
Bóng mẹ gầy in trong ráng nắng chiều
Từng giọt mồ hôi đổi từng hạt thóc
Mẹ cười gạt đi bao nhiêu khó nhọc

Tôi vượt thời gian trở về ngày xưa
Mẹ tiễn tôi đi, trời sụt sùi mưa
Nhóm bếp lửa hồng mẹ ngồi, mẹ đợi
Một bước chân đi, nghìn trùng vời vợi

Tôi vượt không gian, trở về Sài gòn
Ôi mẹ của tôi, tóc đã bạc hơn!
Mẹ vẫn như xưa, chở che, hiền dịu
Tình thương của Người - đến giờ - tôi hiểu

Tôi luôn ở xa, có tội với Người
Bao giờ trả được công mẹ, mẹ ơi!
Một nắng hai sương suốt đời tần tảo
Mẹ giang tay ôm trọn mình giông bão

Tôi vượt lòng tôi, ôm mẹ vào lòng
Muốn luôn bên mẹ, mẹ hiểu con không?
Bàn chân con đi, đường trần bụi bặm
Nghìn trùng tơ níu, thương mẹ ngàn năm!

MY MOTHER

I cross the Lam River to return to my homeland
where my mother embraces my grandmother's tomb in the rain,
the soil of Nghệ An so dry the rice plants cling to rocks.
My mother chews dry corn; hungry, she tries to forget.

I cross the sedge fields to return to Ninh Bình.
Just after my birth, the war dropped many bombs there.
To protect me from those storms, my mother spread her wings,
her faded shirt fragrant with the red *gạo* blossoms.

I cross the Mekong River to return to Bạc Liêu,
the skinny shadow of my mother
imprinted against the afternoon light,
each drop of sweat in exchange for a seed of rice;
yet in spite of this hardship, she always smiles.

I cross time to return to the past.
My mother sends me away among raindrops.
She lights the stove fire, sits there, waiting for me.
I begin to walk, each step the distance of a vast sea.

I cross the distance to return to Sài Gòn.
Oh my mother, her hair is turning white.
She is forever as she was before: gentle, loving, and kind.
Now that I can finally see her love, time has passed away.

I am always far away, and guilty not to be there.
I don't know if I can repay you, my dear mother.
So young, you worked your life hard and were strong,
the way you met so many storms alone.

I overcome my shyness, to hug my mother for the first time.
I would love to stay by her side.
Hesitantly, my feet walk the dusty road of life.
I hear my heart cry. A sea of a thousand strings holds me back.

NÓI CÙNG CON

cho Mai Clara và Minh Johann

Soi vào mắt con, mẹ thấy cả một trời xanh cứu rỗi
Quỳ xuống và tin, ngây thơ trong trẻo còn tồn tại trên đời

Tóc con rẽ ngôi
Chỉ đường mẹ quay về thời thơ ấu
Hàng hàng ngô khoai xanh như tóc con
Bạt ngàn lúa lúa thơm như tóc con

Mẹ lại lên năm. Trò chơi trốn tìm
Đằng sau cửa nấp, mẹ tìm thấy mẹ
Tay con be bé
Mở cửa thiên đàng

Thênh thang thênh thang tiếng con cười nói
Líu lo líu lo tiếng con hờn dỗi

Con là người lớn, mẹ là trẻ con
Trái đất thoắt vuông trái đất thoắt tròn

Ta chạy thênh thang đồng lộng lộng gió
Châu chấu cào cào hoa vàng hoa đỏ

Ta ôm nhau ngủ cùng trăng cùng sao
Hoa vàng hoa đỏ châu chấu cào cào

Đồng hồ báo thức
Mặt ngày vệu vạo
Rùng rùng chuyển động người vấp phải nhau
Bụi đường khói xe
Cũ kỹ
Nát nhàu

SPEAKING WITH MY CHILDREN

For Mai Clara and Minh Johann

I mirror myself into your eyes, and see the blue sky of salvation.
I kneel down and believe that innocence and kindness still exist.

Your hair parts,
showing the way back to my childhood,
rows and rows of corn and sweet potatoes young as your hair,
vast rice fields fragrant as your hair.
I am five years old again, in a hide-and-go-seek game;
I find myself behind closed doors,
your tiny hands
opening the gates to paradise.

Immense, immense the sound of your laughter and speech,
tweeting your pouting voices.
You are the adults, and I am the child.
The earth reveals itself as round one moment and square the next.
We run wildly in the field, generous with wind
and with grasshoppers, locusts, yellow flowers, and red flowers.

We rock each other to sleep beside the moon and stars.
Yellow flowers, red flowers, grasshoppers, and locusts.

The alarm clock rings in a new day with a twisted face.
In storms of movement, people stumble into each other.
Dusty road, smoky vehicle,

Con gọi mẹ về trời xanh cứu rỗi
Gột rửa khói bụi, mẹ lại lên năm
Đuổi đom đóm bay dưới trời sao trăng

you call me back to the blue sky of salvation.
Washing away the dust and smoke, I am five again,
chasing fireflies under that starry night.

BIỂN

Khỏa thân
    trắng
Lao vào con sóng
    trắng
Biển diệu kỳ, biển mở rộng vòng tay
Sóng chồm lên, điệu tango cuồng nhiệt
Nhấn chìm ta trong một chiếc hôn dài

Biển vạm vỡ, trẻ trung, gân guốc
Thoai thoải, ghồ ghề, mềm mại, đam mê
Kéo ta trôi vào từng cung bậc
Thiên đường đây ư, ta đâu biết lối về?

San hô đỏ, đàn cá xanh uốn lượn
Nắng gọi mời bằng vũ điệu thủy tinh
Biển mê hoặc tận cùng hơi thở
Tan vào biển xanh
    ta hồi sinh

THE SEA

Naked and white
I dash into the white waves.
The sea of wonder pins me down in an embrace,
the waves above me in a tango
that entwines me in a long kiss, as deeply as he can.
Is it heaven here? How do I find my way home?

Red coral, blue shoals of undulating fish,
enchanting me until my last breath.
Dissolving myself into the sea, I rise in my rebirth.

QUÊ NỘI

Quê nội vạt ngô dậy thì con gái ngày Cha ta bé dại đợi Bà về vàng
    vạt cỏ triền đê
Quê nội mây chiều ngủ mê Ông ta thổi lửa nắng về tựa cửa mướp
    vàng bờ ao chuồn chuồn bay cao cào cào bay thấp giếng khơi
    trong vắt gọi mưa bay về
Chiến tranh ập tới trai làng ra đi bóng người về lác đác nỗi đau
    trắng tạc trên tóc người già
Tuổi thơ của Cha lớn cùng bom đạn sau mùa nắng hạn lũ lụt tràn
    về

Quê nội lời thề Cha lồng vào nhẫn cỏ trong chiều gió cầu hôn Mẹ
    đường làng be bé ngan ngát tiếng cười hoa gạo đỏ trời thay
    cho pháo cưới

Sương về giăng lưới thơ thẩn ao làng ta oe oe khóc ngày thu sang

Hoa cải vàng
Dâm bụt thì đỏ
Trên triền đê gió anh ta thả diều
Ta vùi khoai nướng ta chạy ta trốn giữa xanh mơn mởn luống mạ
    Mẹ gieo

Dốc làng cheo leo bao mùa thất bát
Dáng người còng lưng miệt mài gieo hạt
Cánh đồng nứt nẻ hốc hác tia nhìn

Cha ta vẫn tin vẫn cày vẫn cuốc
Đường làng lại thơm mùi rơm thân thuộc
Bão về xô đổ cây gạo đầu làng
Lũy tre lại mọc những mùa non măng

MY FATHER'S HOME VILLAGE

Among the new corn
my father waited for his mother;
the grass on the dike shriveled.
The afternoon in deep sleep,
my grandfather started the fire,
sunlight came to rest
on our doorstep, *mướp* flowers
made the pond golden,
dragonflies flew high, grasshoppers
flew low, calling rain to come
and fill the fresh, clear well.

The war rushed in; village
men left and few came back,
pain engraved white on the old ones' hair.
My father's childhood was filled with bombs and bullets;
after the drought, the river flooded the village.
My father tied his promise into a grass ring,
and during a windy afternoon,
he proposed marriage to my mother.
The small road filled with laughter,
the *gạo* flowers set fire to the sky.
The leisurely dew came to weave its net on the pond.
Upon the arrival of autumn, I cried my first tear.
The vegetable flowers are gold,
the hibiscus red;
on the windy dike, my brother's kite flew high.
I baked sweet potatoes in hot ash;
I ran to hide among the young green rice
my mother had sown.

Through hungry seasons, the village hill was steep,
people bending their backs, patiently tending their seeds,
their gazes haunted by cracked fields.

Đình làng cong
Hoa xoan thì tím
Hoàng hôn xuống lả cánh cò
Trong những giấc mơ
Ta ôm rơm ngủ
Mùa ta no đủ
Vì còn quê hương

My father still believed, still plowed and hoed,
the village roads fragrant again with the scent of new cut hay.
Storms come, destroy the *gạo* tree at the village gate,
but the bamboo grove gave birth to new seasons of young plants.

The curves of the village temple,
the Persian lilacs' purple,
the sunset with low-flying stork wings.
I hug the rice straw to sleep.
Because I keep my homeland in my heart,
my harvest is rich,
all year round.

LÀ VIỆT

Trăm trứng mẹ Âu Cơ, những quả trứng vũ trụ
Và một ngày nở ta
Ta đẫm hương ban mai sen xanh mướt
Mẹ ru ta ngàn xưa tiếng Việt

Hạt gạo trắng nuôi ta từ nhọc nhằn châu thổ
Tóc ta bay cùng phấp phới cánh cò
Gom rơm mục đồng về lót gối
Hành trình dài, thao thức cơn mơ

Gặt mùa nắng chín
Châu thổ Cửu Long nghiêng bến
Trường Sơn điệp trùng cuộn lời
Hồng Hà phù sa ta

Ta đã qua bao phố phường tráng lệ
Paris ánh sáng hay London cổ kính
Lòng vẫn trôi về bến
Cội nguồn văng vẳng à ơi
Mái đình cong trăng khuyết
Triền sông mướt câu hò
Đường làng rơm thơm vào trí nhớ
Rặng tre già măng non ta

Về dòng thác người cuộn về muôn hướng
Chảy không nguôi dòng máu Lạc Hồng
Giấc mơ nào từng tát cạn biển Đông?

BEING VIETNAMESE

Hundreds of eggs from our mother, Âu Cơ*,
the eggs of the universe
that one day hatch into us.
We are soaked with a sunrise of green lotus.
Our mother sings us the thousand-year-old lullaby
in Vietnamese.

The white rice from the delta of our labors feeds us.
Our hair flies with the free wings of storks.
We collect rice straws to cushion our sleep,
our journey long, our dreams still alive.

We harvest the season of ripe sun.
The Mekong Delta tilts its shore.
The immense Trường Sơn range lifts up our voices.
The Red River silkens our lives.

We have crossed the glorious cities,
Paris of light or ancient London.
Our souls still drift back to our harbor
where our mother's lullabies sing out,
back to the temple roof, curved like the crescent moon.
Riverbanks silky with ancient songs,
The fragrance of fresh rice straw along country roads
adorns our memory.

Old bamboo groves make us young again,
back to the human waterfall, surging to all directions,
flowing nonstop with the blood of Lạc Hồng.
Whose dreams have drained the Eastern Sea dry?

---

* According to legends, Vietnamese people are the children of Mother Âu Cơ, who
is an immortal mountain fairy, and Father Lạc Long Quân, who descended from
dragons. The first Vietnamese people are said to come out of the hundred eggs
which Mother Âu Cơ gave birth to.

Ta là ta ngàn Việt dòng sông
Dẫu khúc khuỷu bờ dâu hay ghềnh xiết cũng chảy về lòng biển

Chảy về với cánh đồng lúa chín
Rặng tre nghiêng chiều
Bến nước nghiêng trăng

Và tất cả ta gọi tên Tổ quốc

Một Tổ quốc thiêng liêng màu sắc Việt
Luôn dâng đầy muôn nẻo bến bờ xa
Luôn dâng đầy muôn nẻo bến bờ xa...

We are the people, the thousand rivers of Việt Nam.
Through rough water and huddles we still flow back
to the heart of our sea,

to the golden rice fields,
to the bamboo groves that tilt the afternoon,
to the shore that tilts the moon.

And all of this we call Motherland,

a Motherland sacred with the colors of Việt Nam
that rise to faraway shores.

CHẠM TÓC BAN MAI

Em trút bỏ vui buồn hờn giận díu dan
Hóa tờ giấy trắng trước anh

Ký họa lên em
Tia nhìn anh
Ngơ ngác   trong veo
Nắng thủy tinh gầy

Điểm dừng của ngày
Vòng tay của sóng
Thung lũng thẳm xa   biển động

Điều ước bay lên giản dị
Không màu

Những phụ âm nguyên âm
Khắc bằng nhịp rung trái tim lõa thể
Hoang mang tận thế
Ngột ngạt
Quẫy đạp
Hóa thai

Chạm tóc ban mai
Trên môi mình tiếng sơn ca buổi sáng

TOUCHING THE HAIR OF SUNRISE

I shed sadness, happiness, and all of my ties to the world
to become a white sheet of paper in front you.

You sketch your gaze onto me,
pure and puzzled,
slender sunlight, crystal.

The day's pause,
the wave's embrace,
deep valleys far away,
rough seas.

Our desires fly up
simply
and without color.

Vowels, consonants
engraved by the shaken rhythm of a naked heart.
I touch the hair of sunrise,
my lips the morning's nightingale.

CHUYẾN TÀU NGƯỜI

Theo mùa đông về ngủ giữa lòng Hà Nội
Tiếng còi tàu trườn qua ta

Ta đã qua bao sân ga
Ga khổ đau, ga cô đơn, ga sẻ chia, ga vui sướng

Nghe thời gian lao về ánh sáng
Bỏ sau lưng những ga đỗ cuộc đời

Bỏ lại tuổi thơ lên hai
Hoa xoan rắc vai dọc con đường đất đỏ
Vàng cỏ thổi gió Lào
Tóc ta ngày ấy đen

Bỏ lại Mẹ ta quang gánh nhọc nhằn
Tiếng rao gọi bình minh
Bước chân dẫn lối mặt trời
Mẹ ơi!
Sao hoa xoan bây giờ vẫn tím?

Chuyến tàu chở ta lao đi lao đi trên ánh sáng
Phía sau một vầng trăng mười tám
Một hoàng hôn biếc nụ hôn đầu

Chạy qua bao lãng quên, bỏ rơi nghìn thương nhớ
Đêm nay tiếng còi tàu chở ta về sân ga cũ
Nhặt tuổi thơ lên hai
Lẫm chẫm chạy dọc con đường đất đỏ
Nghe gió chiều
Thăm thẳm hoàng hôn

JOURNEY OF THE HUMAN TRAIN

I follow the winter, to curl up and sleep within Hà Nội.
The sounds of incoming trains crawl over me.

I have been through countless train stations:
stations of suffering, loneliness, joy, and compassion.

I listen to time speed towards its destination,
leaving behind the stops of life,

leaving behind my two-year-old childhood.
Persian lilacs on my shoulders, I run along red dirt roads,
the grass yellowing in the strong Laotian winds.
Back then my hair was black.

I left behind my mother with her creaking bamboo baskets.
Her footsteps called the sun to rise.
Her footsteps led the sun's way.
Oh mother,
why are the Persian lilacs still purple after all these days?

The train carries me at the speed of light.
Behind me, the moon of an eighteen-year-old,
the sunset emerald with my first kiss.
I speed through forgetfulness; I leave the thousand longings
    behind.
Tonight, the hooting of trains carries me back to the first station
where I pick up my two-year-old childhood,
toddling along the red dirt road,
listening to the afternoon's winds from Laos
blow the sunset into endless depths.

QUẢNG TRỊ

Người mẹ chạy về phía chúng tôi
Tên hai đứa con tràn hai hốc mắt
Mẹ gào lên "Con tôi ở đâu?"

Người mẹ chạy về phía chúng tôi
Tên chồng mẹ lõm sâu lồng ngực
Mẹ gào lên "Trả chồng cho tôi!"

Nắng héo đôi vai
   xác xơ tóc trắng

Trời sập nắng kéo lê tôi trên những quãng đường chi chít hố bom
   mắt người chết toang hoác mở
những ruộng đồng nẻ khô thoi thóp thở

Hoa phượng loang tươi đỏ những con đường
Còn sâu hoắm vết thương
   Quảng Trị

QUẢNG TRỊ*

The mother runs towards us,
the names of her children fill her eye sockets.
She's screaming "Where are my children?"

The mother runs towards us,
her husband's name carves a hole in her chest.
She is screaming "Return my husband to me."

Time fades her shoulders.

Her ragged hair withers.
Sky spreads sunlight, dragging me along the roads
carpeted with bomb craters like the eyes of the dead,
wide open, staring.
The dry, cracked fields struggle to find their breath.

Flamboyant flowers shed their blood along the road.
Still so deep the wounds, Quảng Trị.

* Quảng Trị was one of the bloodiest battlefields during the US-Vietnam War.

VÂN ANH

Chị đi
Bỏ lại em giữa mùa xuân bời bời
Mùa này tulip mọc trong vườn em
Nở lên bầu trời Autumn Night Van Gogh

Chị đi
Ngoái phố
Nắng ngập ngừng
Chiều   nghiêng

Gập ghềnh con đường mùa thu lá bay phố cổ
Nơi mẹ và cha và chị và em chờ em
Mỗi mùa lá đổ
Chân ai xao xác như em đang về?

Cỏ triền đê Houten xanh cỏ triền đê Hà thành
Bầu trời Houten xanh bầu trời Hà thành
Sao hai không trong một
Sao một không trong hai?
Một ngày dài một đời, niềm phiêu lưu khách trọ

Chị và em, hai kẻ hai quê
Đường chỉ tay gặp nhau ở nơi xa xứ

Số phận cùng chia ta thành hai nửa
Nửa quê chồng, nửa ở quê hương

Gặp nhau trong tiếng mẹ
Máu tha hương chảy ngược về nguồn

VÂN ANH

I go,
leaving you behind in the sprouting spring.
Tulips grown in your garden this season
blossom into Van Gogh's Autumn Night.

I leave,
the street turns,
the sunlight hesitates,
and the afternoon is tilting.

The Hà Nội autumn road's uneven,
leaves fall on ancient footpaths.
Your mother, father, and sister are there,
waiting through each season of falling leaves
for anyone's footsteps, as if you would return.

The grass on Houten's dike was green like the green of Hà Nội,
and Houten's sky blue like that Hà Nội blue.
I don't know why they will not merge into one,
why one does not exist in two.
One day is as long as one life in the visitor's journey.

You and me, two people from different places,
our palm lines meet somewhere far from home.

Destinies divide us into two halves,
one half at the land of our husband's, one half at home.

We meet in our mother-tongue.
Wandering's blood flows upwards to our source.

Chị đi
Em ở lại
Và lại chợt gió thu xao xác
Một phía trời
  nghiêng nắng

    mong manh

But I have to go, while you stay back,

autumn sun thinning and fragile.

BIỂN HÁT

Đàn ông đi biển có đôi, đàn bà đi biển mồ côi một mình
                                —Ca dao

Em sắp làm mẹ
Sẽ một mình vượt biển
Biển cạn sóng xô những đợt sóng hư vô trào lên run rẩy
Sóng không chạm đáy

Chỉ có em đối diện với chính mình
Với nỗi đau đến như bão tố

Và trong hoảng sợ
Òa vỡ bình minh
Khi thiên thần oe oe cất tiếng

Con – mười ngón tay thon hồng mười ngón chân chum chúm
Đôi môi khát sữa tìm em
Lồng ngực khát nhịp tim tìm em

Con – đôi mắt nhắm nghiền mở ra vòm trời cao xanh thăm thẳm
Con – sinh linh bé bỏng phục sinh thế giới nhiệm màu

Không còn nỗi đau, không còn biển cạn
Chỉ có em và con, phẳng lặng, yên bình
Và nhịp thở bình minh sẽ theo ngực em chảy qua môi con tình
    yêu mẫu tử

Chỉ có em và con
Chỉ có con và em

THE SINGING SEA

Men go out to sea in pairs.
Women go out to sea orphaned, alone.
                   —Vietnamese folk poetry*

You're about to become a mother,
about to cross the sea alone;
the dry sea, waves pushing hard, waves of nothingness,
overflowing, trembling, bottomless waves.

You will face yourself
and the storm of pain,

suddenly in fright
when sunrise breaks,
when the angel cries out her first cry.

Your baby: ten fingers, slim and pink, ten toes
flowering, thirsty lips looking for you.
Chest hungry for heartbeats that find their way to your heart.

Your baby's closed eyes open up the blue sky of paradise.
Your baby's tiny soul revives this miraculous world.

There will be no more pain, no more dry sea,
only you and your baby at peace.
And the rhythm of sunrise's breath
will flow the motherly love from your breasts to the baby's lips.

Only you and the baby.
Only the baby and you.

* In Vietnamese folk poetry, "women go out to sea" means to give birth.

Dù chưa từng hát ru, lời Mẹ ngày xưa trở về trên môi em nguyên
    vẹn
Em hát ru con như Bà từng ru Mẹ
Lời ru nhẹ nhàng sóng
Lời ru dịu dàng mây

Và biển lại đầy
Lời em
Biển hát

You haven't sung a lullaby,
yet the words of your mother will return to your lips
full and complete.
You will sing the lullaby to your child,
as your grandmother sang to your mother.
The lullaby is soft as waves.
The lullaby is easy as clouds.

And the sea is full again.
The sea sings
your words.

CÕI XANH

Em không biết có một dòng sông
Dòng sông chảy xiết, dòng sông cuồng nhiệt
    ùa vào em sau những thác ghềnh
    cuốn em bằng sóng tay sóng sánh

Bồi vào em lóng lánh nỗi đau
Nâng em lên dịu dàng uốn lượn

Ơi dòng sông
Em không biết mình là ruộng đồng khô nẻ
Cho đến ngày sông từ miền xa thẳm
Xanh em vào miền mê đắm
Để em nứt mình
    khao khát sông

THE GREEN SPHERE

I did not know there was such a river,
so fast running and passionate;
river who arrives at me
after so many winding mountains and whirlpools.
The river that pulls me into his freshwater arms,

the river that silts me with his pain, lifts me with his gentleness.

Oh my river,
I did not know I was the rice field during drought
until the river brought the song of joyful water, from far away,
flooding me with possibility,
so I may die, flowing into him.

BƯỚC THỜI GIAN

Gửi Mẹ

Qua vô vàn cuộc hành trình nối những vòng trái đất
Con lại đưa Mẹ trở về Hội An
Tất cả vẫn xanh như mười ba năm trước

Hàng cây xanh, bầu trời xanh, sông Thu Bồn xanh ngắt
Chỉ tóc Mẹ bạc màu
Bay trong chiều
Phố
Thăm thẳm
Chênh chao

Con đếm bước chân thời gian trên tường gạch cũ
Những bước chân xô đổ phận người
Những bước chân âm thầm và lặng lẽ
Chiều nay gọi mây rơi

Mẹ con mình đi giữa lòng phố cổ
Bóng Mẹ xòe ra che chở
Mười ba năm và bao cuộc hành trình

Con đã đếm cuộc đời mình qua mỗi bình minh
Để chiều nay bóng hoàng hôn trước mặt
Và dáng Mẹ
   nhòa
    bóng ngày
     sắp tắt

Bao cuộc hành trình nối những vòng trái đất
Nối được ngày xưa để tóc mẹ lại xanh?

STEPS OF TIME

For my mother

After countless journeys to connect the globe,
I bring you back to Hội An,
everything green as it was thirteen years before:
rows of green trees, the emerald Thu Bồn River;
only your hair has faded;
its white strands fly to blur my eyes.

I count the steps of time on the old brick wall,
the footsteps that crush human fates
into moss, discreet and quiet,
calling clouds to rain on us this afternoon.

You and I together in the middle of this town, so ancient
your shadow reaches out to protect me;
thirteen years, and countless journeys.

I have counted my life out with each sunrise,
and today, the sunset is within my reach,
so I know that when time turns me into moss,
your shadow will forever green above me.

LỜI ANH

Vút lên từ đôi cánh của thơ
Chiếc cầu vồng tám màu

Lời anh là mây
Mưa xuống da em những luống cày
Những bông hoa tám màu vừa bay vừa mọc

Em đã chạm vào ban mai bằng tóc rưới đẫm hoàng hôn bằng
    nước mắt
Vẫn không thể nảy mầm
Cho đến khi chiếc cầu vồng tám màu trổ lên

Trổ lên
Trên thân thể cánh đồng đẫm vàng cúc dại
Nhuộm em bằng lời anh nói
Tám cánh cầu vồng bay lên

Gọi tên
Thanh âm lăn vào lồng ngực

Cầu vồng tám màu biến mất
Để lại một vệt xăm trên môi

YOUR WORDS

Your words are clouds
to rain down on the furrows of my skin,
eight-color flowers, flying and growing.

I have touched the sunrise with my hair,
soaked sunset with my tears,
still,
I cannot emerge from the earth
until the eight-color rainbow
blossoms,

on the body of a field, gold with wild daises,
to color me with your words.
Eight wings of the rainbow fly up,

calling a name.
The sound rolls into my chest,
leaving my lips tattooed.

TIẾNG ĐÊM

Anh ngủ
Đêm ngả bóng vào tay anh
Ánh trăng ngân nga trắng
Gió thì thầm mùa phẳng lặng

Sao ngủ mơ vào trong mắt anh
Thiên hà mây về che chở

Em sẽ đến và em là cỏ
Trải mình hát ru anh ngủ
Em mọc em lên anh
Hai ta một màu xanh

Duy nhất

NIGHT'S WHISPERS

You are sleeping
and night rests its shadow on your arms.
Moonlight tenderly hums;
the wind tells of peaceful seasons.

Stars dream in your eyes.
The galaxy sends clouds to safeguard you.

I will come, and I will be the tender grass,
spreading myself to sing you to sleep,
and I will grow myself into you, making us one.

KHU RỪNG CỦA MẸ

Gửi mẹ chồng

Bên kia đại dương, khu rừng của Mẹ mở ra đón con vào lòng
Khu rừng đã sinh anh, đã nuôi anh lớn
Khu rừng đã ban ơn anh vào cuộc đời con, rồi vươn ra đổ bóng
  cho con

Khu rừng Mẹ bốn mùa hoa trái
Hoa từ bếp lửa thơm
Hoa từ bàn tay gầy
Hoa từ tháng ngày nhọc nhằn, lầm lũi

Lá kể con nghe ngày Mẹ trầm mình trong mưa vượt suối
Lá kể con nghe bàn chân không giày băng băng trong tuyết rơi
Lá kể con nghe những ngày Mẹ gồng lưng gánh chiến tranh trên
  đôi vai nhỏ bé

Những hàng cây trũng mắt
Kể con nghe về tiếng khóc của Mẹ
Ngày quả bom sót lại trong rừng cướp đi người anh trai vừa tròn
  bảy tuổi
Chiến tranh tan tác những phận người

Trong những ngày mưa rơi
Chúng con khô ráo trong khu rừng của Mẹ
Sau những cuộc hành trình, nương về, nhỏ bé
Trong hương thơm bếp lửa bập bùng

YOUR FOREST

For my mother-in-law

On the other side of the ocean, your forest opens to welcome me.
The forest that gave birth to my husband, and raised him.
The forest that blessed him into my life
now reaches out to give me shade.

Your forest is full of flowers and fruit from all four seasons.
Flowers from the warm kitchen.
Flowers from slender hands.
Flowers from the days and months of patience and hard work.

Leaves tell me the story of your bare feet in the snow, walking to
    school.
Leaves tell me the story of your back, bent from carrying the war.

Rows of trees with hollowed eyes
tell me stories about how you cried
when the leftover bomb in the forest
took your seven-year-old brother.
War makes human lives dwindle.

During those rainy days
we stay dry inside your forest.
After too many journeys, we come home, as if children,
to the fragrance of your kitchen fire.

BABYLIFT*

Nhấc bổng, quăng vào một thế giới khác
Một xứ sở khác, một vòng tay khác
Những phận trẻ thơ ngơ ngác
Da bốc khói cuộc di tản

Họ đã về. Tóc không vàng. Da không trắng. Miệng không tiếng
    Việt
Không bơ sữa nào có thể trả lời cho câu hỏi dài hơn 35 năm, sâu
    hơn 12.775 ngày
"Tôi là ai?"

Không vòng tay cưu mang nào ướm vừa vòng tay cha mẹ
Không xét nghiệm DNA nào có thể nối họ với cội nguồn
Mái tóc đen không nghĩ bằng tiếng Việt

Babylift
Lật 12.775 tờ lịch bằng nước mắt
Đi qua 35 năm bằng nỗi đau
Những câu hỏi vẫn trừng trừng mở mắt.

18/4/2010

---

* 'Operation Babylift' (Chiến dịch Không vận Cô nhi) được tiến hành rầm rộ vào
những ngày cuối cùng của Chiến tranh Việt Nam. Theo thông tin từ phía Mỹ,
hơn 3.300 em nhỏ được cho là trẻ mồ côi đã được vận chuyển bằng đường hàng
không ra khỏi miền Nam Việt Nam năm 1975, và được nhận làm con nuôi ở Mỹ
và một số nước khác như Úc, Pháp, Canada. Tuy nhiên, một số em nhỏ trong số
đó không phải là trẻ mồ côi và nhiều người đã trở về Việt Nam để tìm lại cha mẹ,
với rất ít hy vọng.

BABYLIFT*

Lifted high, flung into another world,
another country, another embrace,
this was the fate of the bewildered children,
their skin still fuming from the fire of their evacuation.

They come home, their hair not blond, their skin not white,
their tongues without Vietnamese,
but no diet of milk and butter can answer the thirty-five-year-old
    question
Who am I?

No adopted arms can replace the parents' embrace.
No DNA test can link them to their origin,
and black hair cannot think in Vietnamese.
Babylift. Over twelve thousand days of tears.
Over thirty-five years of pain,
and still the questions have their eyes wide open.

18/4/2010

---

* "Operation Babylift" was carried out during the last days of the American War
in Vietnam. According to information from the American side, more than 3,300
children considered to be orphans were airlifted from the South of Vietnam in
1975, and were adopted in the US and several other countries such as Australia,
France, and Canada. However, some of those children were not orphans and
many have returned to Vietnam to find their birth parents, with very little hope.

Cỏ

Những thân cỏ mềm bị phạt ngang
Mùi hương ứa đầy không khí
Không có gì thơm hơn vết thương loài cỏ

Hương cỏ ngả em xuống tình yêu
Mặt đất hằn đầy lồi lõm
Cỏ mịn màng xanh lên phẳng lặng

Em tan trong màu anh
Màu không lời
của
cỏ

GRASS

The fragrance of the bodies of mowed grass
fills the air.
No smell is sweeter than the wounds of grass,

a fragrance that lays me down to love
earth's surface, imprinted with uneven patches.
Velvet grass grows into peace.

I dissolve into your color,
the speechless color of grass.

BỨC TƯỜNG CHIẾN TRANH VIỆT NAM

Tiếng chim gõ vào Nhà Trắng
Nụ cười Lincoln âm vang
Hoàng hôn đỏ quạch Washington
Bức tường đen
58.267 cái tên không quen biết

58.267 tên người đã nã súng vào trí nhớ tôi
Mũi giày họ còn loang vết máu
Tôi muốn chôn họ thêm lần nữa
Chất độc da cam rực lên màu lửa
Phan Thị Kim Phúc* bốc cháy băng qua những hàng tên

Lặng câm đen
Lặng câm câu trả lời cho nghìn câu hỏi

Chợt một đóa hồng nhỏ thắp lên, đau nhói
Bức thư nhòa lệ một người còn sống viết cho một cái tên đã chết:
   *"Cha ơi, hôm nay là ngày sinh nhật con gái con. Ước gì cha ở
   đây để cùng cháu thổi nến mừng tuổi mới. Không ngày nào con
   không nghĩ đến cha. Tại sao cha ơi? Tại sao cha phải đến Việt
   Nam, tại sao cha phải chết?"*

Những cánh hồng héo quắt. Những bức thư rải thảm dưới chân
   tường. Những con chữ chập chờn rỉ máu

---

* Phan Thị Kim Phúc là cô bé trong tấm ảnh đoạt giải thưởng Pulitzer của phóng
  viên Nick Út, được chụp ngày 8/6/1972, khi Kim Phúc bị bỏng bom na-pan và
  đang chạy ra từ ngôi làng của cô.

VIETNAM VETERANS MEMORIAL

Birds' song knocks on the White House;
Lincoln's smile resounds;
sunset soaks Washington in deep red.
The black wall,
fifty-eight thousand, two hundred and sixty-seven names I don't
     know,
who fired gunshots into my mind,
their boot tips still drenched with blood.
I want to bury them once more.
Agent Orange flares up its color,
and the burning Phan Thị Kim Phúc*
runs out from the rows of names.

Black, silent,
the silent answer for thousands of questions.

A tiny rose lights up a sharp pain,

a letter dim with tears that someone wrote
for his dead father.
> *"Father, today is my daughter's birthday. I wish you were here
> to blow with her the birthday candles. There isn't a day that
> goes by without me thinking about you. Why, Father? Why did
> you have to go to Vietnam? Why did you have to die?"*

The rose petals wilt. Letters carpet below the Black Wall. Their
     words flicker and bleed.

---

* Phan Thị Kim Phúc is the child subject of a Pulitzer Prize-winning photograph
  taken during the Vietnam War on June 8, 1972, by photographer Nick Ut. The
  photo showed her running naked and crying, after being severely burned by
  napalm.

Tôi nghe từ trong lòng đất âm u hình thù của những người cha
   Mỹ bế những đứa con thơ. Hốc mắt họ quầng sâu hố bom,
   trái tim loang lổ vết đạt. Chất độc da cam đẫm vào người họ.
   Dòng máu chảy loang kéo trôi những đứa con đang thét gào
   khỏi đôi tay …

Từng cái tên trên bức tường đen chìm vào tôi
Thành từng khuôn mặt của mỗi 58.267 cái tên đã chết
Đỏ quạch Washington chiều nay
Hoàng hôn hay nước mắt?

I hear from the gloomy earth
the sounds of American fathers
carrying their babies in their arms,
their eye sockets like bomb craters,
their hearts bullet holes. Agent Orange
lives in their bodies. Their blood
flows and drags their crying babies from their arms.

Every name on the black wall sinks into my skin
to become each face of the fallen Americans;
Washington this afternoon,
red sunset or tears?

LEN QUA NGÕ HẸP

Đợi mặt trời nuốt chửng ý nghĩ
Đợi mặt trăng sa vào lòng bàn tay

Ta cùng nhau len qua ngõ hẹp
Ướm thân vào nhau trong bóng tối
Ướm môi vào nhau qua mùa đông
Khăn quàng quấn gió em quấn anh

Mặt trời trôi trong đêm mặt trăng trôi trong ngày
Anh trôi trong em
Nuốt chửng ý nghĩ em
Đặt trăng vào tay em

Mở mắt sau chiếc hôn
Mình đã cùng len qua ngõ hẹp

THROUGH A NARROW LANE

I wait for the sun to swallow my thoughts whole,
for the moon to light on my palm.

We make our way through a narrow lane,
try and fit our bodies perfectly into each other in the darkness,
try and fit our lips perfectly into each other to carry us through
    the winter.
My scarf wraps around the wind; I wrap around you.

Inside of night the sun flows; inside of day, the moon.
You flow inside of me,
and swallow all my thoughts whole.
You put the moon into my palm.

I open my eyes after the kiss;
we've passed together through the narrow lane.

LỜI CỦA RÁC

Khi thành phố chìm vào cơn ngủ
Thế giới loài rác cất lên tiếng nói

Vỏ rau quả đẫm phóc môn quặt quẹ vì chúng không thể thối rữa
Những bào thai chưa đủ hình hài bị loại ra khỏi cơ thể mẹ, ri rỉ
    cất lên tiếng côn trùng
Những chai rượu rỗng không bị quẳng từ bàn tiệc xa xỉ vẫn cố
    nhoi mình lên cao, dìm tất cả xuống thấp

Những chồng bản thảo lớn tiếng kèn cựa
Những lời hứa bị xé toang vẫn ra rả giảng bài

Bãi rác thành phố, có những người phụ nữ ngồi
Nhặt nhạnh chắp vá đời mình từ rác vụn

SONG OF GARBAGE

When the city sinks deep into its sleep,
the world of garbage bursts into life.

Vegetables who can't rot through their formaldehyde skins wail.
Babies aborted from their mothers' wombs
compete their voices with those of insects.
Liquor bottles
swear in their drunken language.

Manuscripts shout at each other in jealousy.
Promises torn to pieces, still preach loudly.

There are women who sit in the city's garbage dump
to gather, collect, and mend their lives whole from debris.

HIMALAYA

4.000 mét
Ta định nghĩa mình bằng một chấm xanh
Tiếng chim
Neo ta giữa lưng chừng núi

Thác đổ ta con suối
Vạm vỡ ta cánh rừng
Thời gian ngập ngừng
Ngủ quên trên lá

Ta cùng
Himalaya

Ta vô danh mà rừng thì ngàn tuổi
Ta khô cằn mà rừng ăm ắp suối

Chảy ta về đâu hỡi chập chùng sóng núi
Lời nào rong ruổi
Mắc võng giữa lưng chừng xanh

Kiêu sa, mỏng manh
Rừng trút xiêm y, khỏa trần sắc biếc
Chắt mật từ đá, hoa lên mây ngàn
Đại bàng chao cánh
Kìa
Hoàng hôn sang

Núi mọc lên mây
Himalaya một ngày
Chợt
Bấm khóa lịch trình hối hả
Gửi chìa cho mây
Bay

Bhutan - đỉnh Himalaya
1/5/2009

HIMALAYA

At four thousand meters in the Himalayas,
I define myself as a green dot.
Birds' song
anchors me on the mountain slopes.

I surge with the waterfall,
I am vigorous like the forest.

Time ponders,
oversleeping on the leaves.

I am with
Himalaya.

I am unknown, yet the forest is a thousand years old.
I am barren, yet the forest overflows with streams.

Waves of mountains, to where do you carry me?

Words wander,
hammocking themselves in the midst of a green nothingness;

graceful, fragile,
the forests shed their clothes, revealing the emerald green.
The essence of stone blossoms into clouds,
eagles flap their wings,
the sun sets.

Mountains grow into clouds;
Himalaya, one day
I lock my hastened journey,
entrusting the key
to flying clouds.

Bhutan—Himalaya Mountains
1/5/2009

NƯỚC MẮM VÀ HOA

Trong gian bếp của mẹ mùi nước mắm và hoa thơm ngát
Hương đàn cá tự do nơi biển cả
Bơi về bình hoa hồng còn đẫm hơi sương

Mẹ nấu cho tôi ăn bằng hương thơm tự do và sắc tươi vẻ đẹp
Từng lát hương thơm quyện vào đũa của Người

Từng lát hương thơm dâng thành thế giới
Từ bàn tay gầy của mẹ tôi

FISH SAUCE AND FLOWERS

In my mother's kitchen, fish sauce and flowers sweetly fragrant,
the aroma of free schools of ocean fish
who swim to the vase of roses, still soaked with morning dew.

My mother cooks for me with the aroma
of freedom and the freshness of beauty;
slices of fragrance woven from her chopsticks,

and each slice offers to become a world
from my mother's own slim hands.

HÁT VỀ BÀ NGOẠI

Vào đêm nay ở Lancaster, bầu trời xanh, sâu thẳm
Chợt cháu thấy dòng sông làng mình uốn cong
chảy tràn qua chùm chùm ánh sáng
của những vì sao

Trên vòm trời xanh ngắt thẳm sâu
cháu thấy bà quỳ bên dòng sông của nỗi đau và mất mát
Tay bà đan thành một chiếc tổ mềm
ấp mẹ cháu – đứa trẻ sơ sinh – vào trong lồng ngực

Từ nơi bà nằm xuống ở làng mình
cháu nghe cánh đồng lúa run lên
rì rào qua 70 năm giữa bà và cháu
Những thân lúa đã cắm rễ sâu
vào da thịt người con gái vừa tròn 30 tuổi
đang vươn qua đại dương, toả xuống bên này
trận mưa hương thơm của cỏ non vừa cắt.

Bà ơi, khi cháu thở hương thơm làng mình trong lồng ngực
những ước mơ của bà cất cánh bay lên
lời ru của bà nở trên môi cháu
để cháu hát những câu chuyện của tổ tiên chúng ta
để cháu hát về vẻ đẹp gương mặt trăng tròn ba mươi tuổi
cháu chưa bao giờ được nhìn thấy
nhưng đang được nâng giữa hai bàn tay
trong nhịp tim đêm Lancaster xanh thẳm

BLUES FOR MY GRANDMA

On this night at Lancaster, the sky is so blue and deep
I suddenly see the river of our village
winding through clusters of stars.

Above the dome of blues,
I see you, kneeling by the river of pain and loss.
Your hands curve into a nest,
holding my newborn mother to the chest of light.

I hear the rice plants where you lay buried sway,
rustled by the seventy years
between my life and your death,
and across the distance of tens of thousands of miles,
I feel the rice plants take root
in your thirty-year-young bones,
and rain down on me, on the other side of the ocean,
the fragrance of freshly cut grass.

I take another deep breath,
and your dreams rise inside of me;
your lullabies blossom on my lips
so I sing the stories of our ancestors.
I sing about the beauty of the thirty-year-old face
war had snatched away from us
but that I can now hold in the heartbeat
of this blue Lancaster night.

KHÓC CHO MINDANAO

Tưởng niệm hơn 400 người dân Philippines đã chết vì bão Bopha ngày 4/12/2012

Cô giúp việc của tôi, Nerissa Becada, là người đầu tiên kể cho
    tôi nghe về trận bão ở Mindanao đã kéo tuột cuộc sống hàng
    trăm người đồng hương của cô vào trong bùn quánh
Cô đứng trong bếp nhà tôi, chiếc dao trong tay loáng nắng giơ lên
    chặt xuống con cá vẫn đang còn sống thành món cá rán tối
    nay
Cô không hề khóc nhưng tôi chạm vào sự run rẩy trong giọng cô
    khi cô tả về những thân thể gầy gò của những đứa trẻ bị bùn
    lấp lên hàng mét
Về hàng trăm phụ nữ, đàn ông không kịp thốt lời vĩnh biệt trước
    khi ánh sáng của loài người phụt tắt
Về tiếng hú của cuồng phong đổ sập xuống sự mỏng manh của
    những mạng người, về những bản làng hẻo lánh xa xôi bị bão
    há miệng, hất tung, nuốt chửng
Nerissa không nói về sự bất công của thế giới nhưng tôi nếm thấy
    bóng tối của sự bất công, một giờ sau, khi tôi ăn món cá mà
    cô đã rán cùng sả ớt
Món cá mà tôi đã hướng dẫn cô nấu khi tôi đặt chân đến đất nước
    của cô, ngây ngô trước lòng tốt của những người Philippines
    và sự khổ đau của họ
Bây giờ khi đũa của tôi xộc vào đêm tối vị cá cay nồng tôi thấy thế
    giới rỉ máu thành nước mắt và cả con cá cũng bắt đầu nức nở.

Philippines, 7/12/ 2012

CRYING FOR MINDANAO

For the hundreds of Filipinos who perished by Typhoon Bopha that hit Mindanao, Philippines on 4/12/2012

My housekeeper Nerissa Becada is the one who told me about
    Davao's flash flood
that pulled the lives of hundreds of her countrymen into thick
    mud,
and sucked them dry of their last breaths.
She stood there next to the kitchen sink, holding a knife with
    which
she was about to chop a lovely fish into my sumptuous dinner.
She did not cry, but I saw her voice tremble

as she told me about the thin bodies of children covered with
    mud,
about the wind that crashed into villages too far away for
    outsiders to reach,
about the first six trucks of rescuers, swallowed by landslides,
and about hundreds of village men and women
who did not have a chance to say goodbye
to those they loved before they disappeared into a gulp of terror.
Nerissa did not say how unfair the world was,
but I tasted it in my mouth an hour later
when I ate the Vietnamese-style fish
that she had cooked with chilies and lemongrass;
the dish that I had guided her to make when I first came to this
    land,
innocent of her countrymen and their courage.
My chopsticks pick up a piece of spicy fish
and I want to cry out, in Filipino, to God,
and I begin to see the world bleed out its tears.

Philippines, December 7, 2012

SỰ SỢ HÃI

Khi tôi ôm những đứa con tôi
lắng nghe tiếng ríu rít bừng trên đôi môi của chúng
ở Kenya, một người mẹ và hai đứa con ôm khư khư mặt sàn lạnh
    cóng
của trung tâm thương mại Westgate, giả chết
những kẻ cực đoan đang quét qua, chặt nát
mạng sống bằng những loạt đạn khủng bố

Khi tôi ôm những đứa con tôi
câu hát trong lồng ngực tôi đưa nôi cho chúng ngủ
ở Pakistan, một người mẹ gào khóc bới tìm
khúc chân
còn sót lại của đứa con
đang bị vùi chôn
dưới sự cuồng nộ
của trận động đất 7.7 độ richte

Khi hương tóc của những đứa con bồng bềnh trên mặt tôi
ở Ấn độ, một bà mẹ bám vào hư không
khóc thương
thân thể bầm dập của con gái
người đã bị những tên quỷ đội lốt đàn ông giằng xé

Khi tôi ngắm con tôi trôi vào giấc ngủ
ở nước Mỹ
một bà mẹ lấp đầy trái tim mình bằng khuôn mặt đẫm máu của
    đứa con trai
thiên thần lên hai
đã bị một kẻ điên nã súng ở trường học

FEARS

As I embrace my children,
listening to the chatter
burst onto their lips,
in Kenya, a mother
and her two daughters
hug the floor, pretending to be dead—
terrorists are sweeping through
the Westgate Shopping Mall where they are,
cutting down lives with bullets.

As I embrace my children,
my singing sending them into sleep,
in Pakistan, a mother digs
for her child's leg,
buried under the anger
of a 7.7-magnitude earthquake.

As I feel the perfume of my children's hair
throb against my skin,
in India, a mother clings to nothingness,
weeping for her daughter
who has been gang-raped.

As I watch my children
ease into their sleep,
in the US,
a mother clutches the empty air,
wailing for her two-year-old son,
whose life was stolen away by a maniac,
at a school shooting.

Khi tôi nhìn những giấc mơ tung tăng hát
trên gương mặt của các con tôi
tôi chợt nhận ra mình là một kẻ ngốc
khi để giấc ngủ kéo tuột
hai đứa ra khỏi tay tôi
trước khi thầm thì với con rằng tôi yêu chúng

As I watch dreams
blossom onto my children's faces,
I realize what a fool I am,
for forgetting to tell my children
how much I love them
before sleep drifts them away
from my arms.

TỪ LÒNG ĐẤT

Ngày anh đến, thế giới biết thở
Những con giun đột nhiên biết hát
Mặt đất rùng mình sự sống

Mẹ đã phôi thai em trong lòng ngày tháng
Em cựa quậy thế giới nhỏ hẹp
U mê trong chính tiếng mình

Gió thổi em vào lòng tay anh, em đau thắt ngón tay ngón chân

Mắt anh mở bầu trời
Mặt trời mọc mặt trời quên lặn
Anh ấp em lên môi lên ngực

Đôi tay nhỏ bé của chúng ta tạo vũ trụ cho mặt trăng, mặt trời,
      núi, sông, cát, biển

Trong trái tim anh tình yêu sinh ra em
Tiếng anh thở vào em mạch máu
Chảy những dòng ý nghĩ hân hoan

Anh sẽ là đất và em là đất
Tan vào nhau
Lặng lẽ
Một ngày
Phôi thai những con giun biết hát
chảy về những miền cỏ tươi xanh

FROM THE DEEP EARTH

The day you arrived, the world knew how to breathe,
earthworms suddenly knew how to sing,
and the earth's surface trembled with life.

My mother had kept my embryo inside for days and months
where I wriggled, the world too small.
I howl inside my own hoarse voice.

Wind blows me into your hands, so I feel the pain pierce my
    fingers and toes.

Your gaze opens the sky.
The sun rises and forgets to set.
You place me on your lips and on your chest.

Our hands join to make a universe for the moon, the sun, the
    mountains
and the vast singing sea.

Into your heart love gives birth to me,
and your voice breathes
streams of joyful thoughts
into my blood.

You will be soil and I will be soil,
dissolved into each other, quietly one day,
conceiving earthworms who know how to sing
the eternal song of emerald grass.

ANH

Xiết anh vào ngực
Nắm dây cương hoàng hôn
Bờm thời gian tung xoáy lốc

Tóc chúng mình nảy rễ vào nhau
Phủ trùm trùng trùng rừng rậm
Ngực đồi ngực núi
Da non mởn mênh mang tháp gió

Lấp loáng dưới trăng
Thảo nguyên đẫm ướt
Hơi sương tràn về từ khu vườn truyền thuyết
Trái cấm mọng căng

Ánh sáng phụt tắt
Giọng anh đốt đuốc tìm em
Triệu ngón tay đan đan lông vũ
Nhấc em bay lên

Đêm nhú mọc những đôi sao khát
Tiếng dương cầm mê hoặc nhịp đêm
Tóc em phím đen phím trắng
Bàn tay anh gọi gọi em

Nơi sao băng vụt hiện
Lửa vẫn thênh thang chảy tràn trên ngực

THE MUSIC OF FIRE

Moonlight gleamed
to flood the soaked grassland.
From the garden of legends came dewy breath
swelling the forbidden fruit.

Light extinguished.
Your voice lit up a fire in search of me.
Millions of fingers wove,
lifting me up.
Our music found voice on a piano.
My hair became the black and white keys
for your hands to call me, call me.

Shooting stars appeared
where fires burned rivers into my breasts.

CỞI GIÓ

Một ngày gió nâng tôi lên cao
Tôi nhìn xuống thấy một con kiến bị cầm tù trong hộp thư điện
    tử nhiều ngăn, trong chiếc điện thoại di động thỉnh thoảng
    lại đổ chuông

Một ngày gió nâng tôi lên cao
Tôi nhìn xuống thấy một con chim bị cầm tù trong tiếng ngợi ca
    của bầy đàn, trong những mốc giới hạn mỹ cảm đã được sắp
    đặt

Một ngày gió nâng tôi lên cao
Gió trao tôi đôi cánh
Và bảo tôi hãy cởi gió ra và bay lên trên ý nghĩ

FREEING MYSELF

One day the wind lifts me high,
so I look down and see an ant imprisoned in an e-mail inbox,

in a mobile phone, ringing from time to time.

One day the wind lifts me high,
so I look down and see a bird imprisoned in the praises of his
      flock,
in the limits of a sense of beauty, prearranged.

One day the wind lifts me high;
the wind hands me a pair of wings
and tells me to free myself from wings and
fly above my thoughts.

ACKNOWLEDGMENTS

The author would like to express her gratitude to the editors of the following Vietnamese newspapers and magazines in which some of these poems (in their Vietnamese versions) first appeared:

The Army's Arts and Literature Magazine: "Himalaya," "The Desire of Clouds," "The White Time" and "Separated Worlds";

Dan Viet Newspaper: "Fish Sauce and Flowers";

Hanoi Moi Weekend Newspaper: "Thousand Years";

Police Arts and Literature Newspaper: "The Desire of Clouds," and "Ceramic Rhythm";

Tien Phong Newspaper: "The Gardener in the Royal Citadel," "Two Truths" and "The Music of Fire";

Tuoi Tre New Year Special Edition: "The Gardener in the Royal Citadel";

Tuoi Tre Weekend Newspaper: "Freeing Myself," "Speaking with My Children," "Two Truths," "The Poem I Can't Yet Name," and "Babylift";

Vietnam's Literature Newspaper: "Speaking with My Children," "April," "Hà Nội," "Stars in the Shape of Carrying Poles," "Quảng Trị," "Separated Worlds," "My Father's Home Village," and "Crying for Mindanao";

Vietnam's Poetry Review: "My Father," "My Mother," "Vân Anh," "The Poem I Can't Yet Name," "Earth Home," and "Mekong Delta";

Women's Magazine: "Himalaya."

The author and translator would like to express their grateful acknowledgment to these American and international publications where many of these poems (in their English versions) first appeared:

American Poetry Review: "My Father's Home Village."

Consequence: "April," and "Separated Worlds";

Fourth River: "Stars in the Shape of Carrying Poles," "Two Truths," "The Gardener in the Royal Citadel," "Journey of the Human

Train," "Ceramic Rhythm," "The White Sky," "The Sea," "Night's Whispers," and "Grass";

Great River Review: "Babylift," "Vietnam Veterans Memorial," "Song of Garbage," and "Grass."

Hong Kong Baptist University's International Writers Workshop 2012 Publication: "Freeing Myself," "Babylift," "Stars in the Shape of Carrying Poles," and "The Poem I Can't Yet Name";

"Ku•lit: Asian Literature for the Language Classroom Volume 2," a supplementary textbook, National Arts Council (Singapore) and Pearson Education South Asia: "From the Deep Earth";

Poetry Ireland Review: "The Poem I Can't Yet Name";

Prairie Schooner: "Eating *Phở* with My Grandpa," and "The Secret of Hoa Sen";

Red Wheel Barrow: "Freeing Myself," "Stars in the Shape of Carrying Poles," and "The Poem I Can't Yet Name";

Words without Borders: "Freeing Myself," and "From the Deep Earth."

Special thanks to Peter Conners and the staff at BOA Editions for believing in this book, and to the Lannan Foundation for their generous support.

ABOUT THE AUTHOR AND TRANSLATOR

Born in a small village in the North of Vietnam in 1973, **Nguyen Phan Que Mai** embraces the full range of Vietnamese traditions in her creative works. She is the author of three poetry collections and translator of six poetry books. Nguyen's literary awards include the Poetry of the Year Award from the Hanoi Writers' Association, for her collection *Freeing Myself* (2010); First Prize of the "Poetry about Hanoi 2008–2010" competition from the Vietnam's Literature Newspaper and the Hanoi Radio & Television (a competition that attracted over 20,000 entries from inside and outside Vietnam); the Capital's Literature & Arts Award of 2010 from the Hanoi Union of Literature & Arts Associations; and an Award from the Vietnam Writers' Association for Outstanding Contribution to the Advancement of Vietnamese Literature Overseas. Her poems have been translated and published in English, Spanish, Bahasa Indonesian, Chinese, Uzbek, and Bengali. Nguyen is the Honorary Fellow in Writing of Hong Kong Baptist University and was a visiting writer of Hong Kong Baptist University's International Writers Workshop in 2012. She was also the Distinguished Asian Writer and Guest Panelist of the Silliman University's 51st National Writers Workshop, Philippines (2012). Her poems have been featured at major international poetry festivals including the First Asia-Pacific Poetry Festival, the Qinghai International Poetry Festival, as well as the International Poetry Festival of Medellin, Colombia.

Bruce Weigl was born on January 27, 1949, in Lorain, Ohio. Weigl's first full-length collection of poems, *A Romance,* was published in 1979. He is now the author of thirteen poetry collections, and the best-selling memoir *The Circle of Hanh.* Weigl is past President of the Associated Writing Programs, and has been Chairperson of the judging panel in Poetry for the National Book Award. Weigl has received many literary awards, including the Poet's Prize from the Academy of American Poets, the Paterson Poetry Prize, fellowships from the National Endowment for the Arts and the Yaddo Foundation, and two Pushcart Prizes. In 2006, he was the single recipient in poetry for the Lannan Literary Award for outstanding contributions to literature, and in 2011 he won the Robert Creeley Award. Having fought in the American War in Vietnam (Quang Tri, 1967–1968), Bruce Weigl has been working to promote mutual understanding and reconciliation between Vietnam and the US via literature and cultural exchanges for over twenty years. He is the co-translator of four Vietnamese-English poetry collections and has received a Medal for Significant Contributions from the Vietnam Union of Literature and Arts Associations and the Vietnam Writers' Association, who acknowledge his efforts and success in the promotion of Vietnamese literature to the world. Weigl's most recent poetry collection is *The Abundance of Nothing*, which was a finalist for the Pulitzer Prize in poetry for 2013.

THE LANNAN TRANSLATIONS SELECTION SERIES

Ljuba Merlina Bortolani, *The Siege*
Olga Orozco, *Engravings Torn from Insomnia*
Gérard Martin, *The Hiddenness of the World*
Fadhil Al-Azzawi, *Miracle Maker*
Sándor Csoóri, *Before and After the Fall: New Poems*
Francisca Aguirre, *Ithaca*
Jean-Michel Maulpoix, *A Matter of Blue*
Willow, Wine, Mirror, Moon: Women's Poems from Tang China
Felipe Benítez Reyes, *Probable Lives*
Ko Un, *Flowers of a Moment*
Paulo Henriques Britto, *The Clean Shirt of It*
Moikom Zeqo, *I Don't Believe in Ghosts*
Adonis (Ali Ahmad Sa'id), *Mihyar of Damascus, His Songs*
Maya Bejerano, *The Hymns of Job and Other Poems*
Novica Tadić, *Dark Things*
Praises & Offenses: Three Women Poets of the Dominican Republic
Ece Temelkuran, *Book of the Edge*
Aleš Šteger, *The Book of Things*
Nikola Madzirov, *Remnants of Another Age*
Carsten René Nielsen, *House Inspections*
Jacek Gutorow, *The Folding Star and Other Poems*
Marosa di Giorgio, *Diadem*
Zeeshan Sahil, *Light and Heavy Things*
Sohrab Sepehri, *The Oasis of Now*
Dariusz Sośnicki, *The World Shared: Poems*
Nguyen Phan Que Mai, *The Secret of Hoa Sen*

For more on the Lannan Translations Selection Series
visit our website:
www.boaeditions.org